लोकनायक

(तीन अंकी नाटक)

रणजित देसाई

मेहता पब्लिशिंग हाऊस

Please contact us at **Mehta Publishing House,** Pune .
Email : production@mehtapublishinghouse.com
Website : www.mehtapublishinghouse.com

LOKNAYAK by RANJEET DESAI

लोकनायक : रणजित देसाई / नाटक

Email : author@mehtapublishinghouse.com

© सौ. मधुमती शिंदे / सौ. पारु नाईक

मराठी पुस्तक प्रकाशनाचे हक्क मेहता पब्लिशिंग हाऊस, पुणे.

प्रकाशक : सुनील अनिल मेहता, मेहता पब्लिशिंग हाऊस,
१९४१, सदाशिव पेठ, माडीवाले कॉलनी, पुणे - ४११०३०.

अक्षरजुळणी : गार्गी वर्डवर्ल्ड, पुणे.

मुखपृष्ठ : चंद्रमोहन कुलकर्णी

प्रकाशनकाल : सप्टेंबर, १९९७ / ऑगस्ट, २०१३ / पुनर्मुद्रण : मे, २०१९

P Book ISBN 9788171616862
E Book ISBN 9789386175694
E Books available on : play.google.com/store/books
https://www.amazon.in/b?node=15513892031

लोकनायक

वरेरकर नाट्य संघ, बेळगाव यांनी १९७६ च्या नवरात्रात दिल्ली येथे प्रथम प्रयोग स्पर्धेसाठी सादर केला.

कलावंत :

श्री. वसंतराव अरवंदे
ॲड. दौलत मुतकेकर
श्री. नारायण नाईक
श्री. मनोहर गुरव
श्री. मधुसूदन गोखले
श्री. श्रीरंग मराठे
श्री. शशिकांत तडकोडकर
सौ. अरुणा खरे
कु. पोतदार

दिग्दर्शक	:	श्री. बाप्पा ऊर्फ बाळकृष्ण शिरवईकर
नेपथ्य	:	श्री. चंद्रकांत कपिलेश्वरी
प्रकाश योजना	:	किरण इलेक्ट्रिकल्स
रंगभूषा	:	श्री. शंकर बेळगाव
संगीत	:	श्री. सुरेश मराठे

* बृहन्महाराष्ट्र शैक्षणिक व सांस्कृतिक मंडळ, दिल्ली येथील स्पर्धेत
   संघास प्रथम पारितोषिक
   दिग्दर्शनाचे प्रथम पारितोषिक : श्री. बाप्पा शिरवईकर
   अभिनयाचे प्रथम पारितोषिक : ॲड. दौलत मुतकेकर
* राज्य नाट्यस्पर्धा, कोल्हापूर केंद्रात
   अभिनयाचे प्रथम पारितोषिक (रौप्यपदक) ॲड. दौलत मुतकेकर

अंक पहिला

प्रवेश पहिला

*(**स्थळ** : दिल्लीमधील रवींद्रचा ऐश्वर्यसंपन्न दिवाणखाना.*
***वेळ** : सायंकाळचे सहा वाजले असावेत.*

पडदा उघडण्याच्या आधी रेडिओवर भाषणाचा आवाज, टाळ्या ऐकू येतात. पडदा उघडतो, तेव्हा रेडिओवरचं भाषण चालू असतं. विजया ते ऐकत असते.)

आवाज : ये क्या हो रहा हैं? जहाँ देखो, तो हडताल, शोर सुनते हैं। क्या इसीको आजादी कहते हैं? देशको बरबाद करने के लिए क्या हम आजाद हो गये? *(नहींऽऽ नहींऽऽ आवाज)* जब आजादीकी जंग शुरू होई, तब आज शोर मचानेवाले कहाँ थे? जब हम आजादीके लिए जेलमे चक्की पीस रहे थे, छाती ओंपर गोलियाँ झेल रहे थे, तब ये लोग कहाँ थे? मालूम हैं? मैं बताता हूँ। ये लोग अंग्रेजोंकी कदमबोसी कर रहे थे। *(शेम शेम)* जरूर शरमाने की बात हैं। इनकी ये पुरानी आदत हम अच्छी तरह जानते हैं। हम डरेंगे नहीं। कभी नहीं। *(टाळ्या)* हमारे सामने और भी कुछ सवाल हैं। उनसे हमें मुकाबला करना हैं। काम करना है। पसीनोंकी इज्जत करनी हैं। *(याच वेळी सोनिया प्रवेश करते. तटस्थ उभी राहून भाषण ऐकते.)*

देशकी गरीबी हमे हटानी हैं। इस देशको संपन्न बनाना हैं। अमीर और गरीब भेद नष्ट करना हैं। आखरी साँस तक हमारी यही तमन्ना रहेगी। जयहिंद!

(टाळ्या... भाषण संपते.)

('अभी आप इलाहाबादमें आजाद मैदानके सभा में माननीय सुरेंद्रनाथजी का भाषण सुन रहे थे')

(सोनिया निराशेने पाय आपटते; रेडिओ बंद करते.)

सोनिया : पाहिलंस, भाभी, पापाजींचं भाषण ऐकण्यासाठी एवढी मी धावत आले आणि मेलं भाषण बंद पडलं.

विजया : अगं, भाषण संपल्यावर ते तरी काय करणार?

सोनिया : काय म्हणाले, गं पापाजी?

विजया : खरंच बाई, किती सुंदर बोलले. सारखा अंगावर काटा येत होता. इथं ऐकताना असं वाटत होतं, मग प्रत्यक्ष ऐकताना काय होत असेल!

सोनिया : अगं, पण पापाजी काय म्हणाले?

विजया : *(नजर चुकवते)* ते कळणं का सोपं? सारख्या टाळ्या पडत होत्या. चार लाख लोकांची मीटिंग होती, म्हणे! वाक्यावाक्याला टाळ्या पडत होत्या. चांगलं बोलल्याखेरीज का टाळ्या पडतात?

सोनिया : भाई अजून आला नाही?

विजया : लवकर येतो, असं म्हणाले होते. आज फॅक्टरीचा बोनस वाटायचा होता. त्यामुळं कदाचित... पण तुझा क्लब काय म्हणतो?

सोनिया : जळ्ळा, मेला क्लब! साधा रेडिओपण नाही. तो असता, तर आज पापाजींचं भाषण चुकलं नसतं.

(दोघी वळून पाहतात. तोच चिंकू आणि रवींद्र प्रवेश करतात. दोघेही अद्ययावत पोशाखात आहेत.)

रवींद्र : पाहिलंस, चिंकू! मी सांगितलं नव्हतं, आमची सोनिया, विजया वाट पाहत असतील, म्हणून!

चिंकू : सोन्या! सोन्या, हूं! यू मीन सोन्या! युवर सिस्टर! सोनया... व्हेरी कॉमन नेम इन रशिया! *(सोनिया हसते. त्याच्याकडे पाहते.)* हॅलो... हॅलो भाभीऽऽ

विजया : तरी बरं, भाभी म्हटलंत! नाहीतर या सोन्यासारखी सोनियाची सोनय्या केलीत, तसं भाभीची भू: भू: केली असतीत, तर काय करणार होते?

चिंकू : त्याचं काय आहे? स्टेट्समध्ये बरीच अवर्स घालवली ना! त्यामुळं...

रवींद्र : चिंकू, लेका! अरे, या भूमीत आयुष्य घालवलंस... तुझं नाव चिंतामणी. गजाननाचं नाव लावतोस आणि मातृभाषा येत नाही? सोंग करतो लेकाचा.

चिंकू : सोंग? लेकाचा? यू मीन सन... नो नो... आय ॲम युवर फ्रेंड. दॅट इज....

(रवींद्र कपाळाला हात लावतो. सोनिया हसते. चिंकू गोंधळतो.)

चिंकू : आता काय चुकलं?

रवींद्र : चुकलं कुठं? तुझं बाबा, सारं बरोबर. Electronics चा तू expert ना! तुझी चूक कोण काढणार?

चिंकू : नाही. माझं मराठी...

रवींद्र : गेलं खड्ड्यात! तुला इथं मराठी शिकवायला बोलावलं नाही. इथं उभारलेल्या माझ्या उद्योगात भागीदार म्हणून तुला अमेरिकेहून आणलं, ते काय मराठीची परीक्षा द्यायला?

विजया : आज यांना झालं आहे काय?

रवींद्र : आज आमची मीटिंग होती ना! त्यात याच्यासारखंच एक Foreign returned पात्र होतं. त्याची नक्कल चालली आहे.

चिंकू : *(मोठ्याने हसत)* भाभी, तुम्ही ऐकायला हवं होतं. बेट्याला मराठी बोलताना काय कष्ट पडत होते. *(सारे हसतात, सोनिया हसत नाही.)*

रवींद्र : आज आमच्या पोपटाला काय झालं? बोलत का नाही?

विजया : ती रुसलेय.

रवींद्र : माझ्यावर? काहीतरी सांगू नको. ती आपल्या भाईवर कधीही रुसत नाही.

विजया : तुमच्यावर नाही, रेडिओवर.

रवींद्र : रेडिओवर?

विजया : हो ना! तिला पापाजींचं भाषण ऐकायचं होतं. ती धावत आली आणि भाषण संपलं.

रवींद्र : आणि म्हणूनच आमची लाडकी बेबी रुसली? मग मी सांगतो ना, पापाजी काय बोलले, ते! त्यात काय आहे? *(खाकरतो. सुरेंद्रनाथांची पोज घेत)* भाईयों और बहनों... आज मैं प्रसन्न हूँ।

बहोत दिनोंके बाद आपके दर्शनका लाभ मुझे हो रहा हैं। सेवकोंकी इससे जादा तमन्ना क्या हो सकती हैं? चिंकू, ताली बजाव. *(चिंकू टाळ्या वाजवतो.)* हाँ! तो मैं क्या कह रहा था? पच्चीस बरससे पहले हम आजाद हो गये। हमने क्या किया? कुछ नहीं। कितनी कठिनाइयाँ हमारे सामने खडीं थीं? एक भी हम दूर कर नहीं सके। क्यों? ऐसा क्यों? इस देशके गरीब जैसे थे वैसेही रह गये। क्या इस देशमें गरिबोंकी पुकार कभी सुनी नहीं जाएगी? जरूर जाएगी... टाळ्या वाजव... *(चिंकू टाळ्या वाजवतो.)* वक्त आ गया हैं। हमें गरिबोंको अमीर करना हैं। कहो सुरेंद्रनाथ की... *(चिंकू 'जयऽ' म्हणतो.)* शाब्बास! हाँ! बहुत मुष्कील हैं जरूर! लेकिन हम करकेही दिखा देंगे।

विजया : अगदी सही सही तेच; पण तुम्हाला कसं कळलं? रेडिओ ऐकलात, वाटतं.

रवींद्र : पापाजींचं भाषण ऐकायला रेडिओ कशाला हवा! साऱ्या राष्ट्राला ते भाषण आता तोंडपाठ झालं आहे. गेली पंचवीस वर्षं आम्ही तेच ऐकतो. आम्ही आजवर काही केलं नाही. आम्हाला खूप करायचं आहे. हमें ये करना हैं... वो करना हैं... आगे जाना हैं...

विजया : मग त्यात काय चुकलं?

रवींद्र : चूक त्यांची नाही. आमची आहे. वर्षानुवर्षे तेच ऐकत बसणाऱ्यांची.

सोनिया : पुरे झालं राजकारण! कंटाळा आला त्याचा.

रवींद्र : That's correct! *(हसतो.)*

सोनिया : भाई, आज भलताच खुशीत दिसतोस?

रवींद्र : का असू नये?

चिंकू : भाभी, मी सांगतो. आजची इव्हिनिंग न्यूज वाचली नाही, वाटतं? आमच्या फॅक्टरीला हेडलाईन मिळाली आज. तुमच्या रविनं फॅक्टरीत बोनस वाटला आज. नॉट ओन्ली बोनस, बट् इन् ॲडिशन, एव्हरी वर्कर गॉट लूना आणि त्याचबरोबर दुसरी आनंदाची बातमी, आम्हाला एक्स्पोर्ट लायसन्स मिळालंय.

सोनिया : प्रत्येक मजुराला लूना मिळाली?

चिंकू : यस! आम्ही सगळे त्याच्याविरुद्ध होतो. But he is adamant. आम्हाला 'येस!' म्हणावंच लागलं.

सोनिया : पण प्रत्येक मजुराला लूना कशासाठी?

चिंकू : तेच म्हणतो मी! फॅक्टरी उभी करून तीन वर्षं झाली. फॅक्टरी फायद्यात गेली. That is creditable, no doubt. दॅट लूना ईज बाऊंड टू मेक ट्रबल.

रवींद्र : ट्रबल?

चिंकू : मजुरांनी लूना मागितली नव्हती. बोनसवर ते खूश होते. फॅक्टरी फायद्यात आहे, म्हणून आज लूना दिली. उद्या हा फायदा राहिला नाही, तर! देन वर्कर्स आर नॉट गोईंट टू स्टॉप ओव्हर देअर, दे विल डिमांड मोअर...

रवींद्र : अँड दे शुड्! व्हाय नॉट? चिंकू, लूना ही चैन नव्हे. दिल्लीपासून बरीच बाहेर आपली फॅक्टरी आहे. तीनशे मजुरांसाठी फक्त दोन बसेस पळतात. निम्मे लोक सायकलींवरून येतात. थकल्या मजुरांकडून चांगलं काम होत नाही.

चिंकू : पण फॅक्टरी लॉसमध्ये गेली, तर!

रवींद्र : ती जाता कामा नये! त्यासाठी आपण राबलं पाहिजे. आपली बुद्धी आणि त्यांचे श्रम यातून ते साध्य होईल.

चिंकू : हंबग!

रवींद्र : *(संतापाने)* चिंकू!

चिंकू : डोंट शाऊट! नवीन येणारे कायदे, पॉवर कट, प्रॉफिट कट, फॅक्टरी फायद्यात जाईल. स्टेट्समध्ये फॅक्टरीला प्रायोरिटी मिळते. तुमच्या देशात ते घडणार नाही.

सोनिया : आमचा देश! आणि तुमचा कोणता? पॉवर कट हौसेनं दिलेला नाही. ती राष्ट्रीय समस्या आहे. ती आपण आपली मानली पाहिजे.

चिंकू : उत्पादन घटलं, तर फायदा कोठून होईल?

रवींद्र : त्याची काळजी करू नको. अरे, आपल्या देशातले मजूर निष्णात कारागीर आहेत. आपल्या फॅक्टरीचा माल सुबक आणि उत्तम दर्जाचा आहे. नुसत्या फायद्याच्या दृष्टीतून मी ही फॅक्टरी बघत नाही. फायद्यापेक्षा या उद्योगाला जगाच्या बाजारात किती प्रतिष्ठा मिळते, तिकडे माझं लक्ष आहे.

चिंकू : नो, माय फ्रेंड! इफ देअर इज नो प्रॉफिट, देअर वोंट बी एनी फॅक्टरी!

रवींद्र : मला ते माहीत आहे. एक्स्पोर्ट लायसन्सनं तो तोटा भरून

काढता येईल. चिंकू, आपण जर जर्मन कोलॅबोरेशन मिळवलं, तर दोन वर्षांत आशियातील सर्वांत मोठी फॅक्टरी म्हणून लौकिक होईल. मालाच्या दर्जाच्या स्पर्धेत दोन वर्षांत आपण जपानवर मात करू.

(त्याच वेळी जयवंत एकदम प्रवेश करतो.)

जयवंत : कारण तुझे पापाजी मिनिस्टर आहेत.

रवि : स्टॉप इट! *(जयवंतकडे पाहतो.)* कोण? जयवंत!

जयवंत : हे मी म्हणत नाही. आजच्या इव्हिनिंग न्यूजमध्ये तुमची आणि तुमच्या फॅक्टरीची खूप स्तुती आहे; पण त्याचबरोबर या उद्योगात यामागे पापाजींचा हात असावा, असा खास उल्लेखही आहे.

रवि : साफ खोटं! पापाजींचा यात काहीही हात नाही. असे खोटे आरोप करताना लाज वाटायला हवी.

जयवंत : ते पाहा, बुवा! मी इकडून जात होतो. पेपर वाचला, वाटलं, तुमचं अभिनंदन करावं.

रवि : थँक यू!

जयवंत : अभिनंदन फायद्याबद्दल नाही. त्या लूनाबद्दल! सालं, पापाजींना कुणीतरी सांगायला हवं. एखादी लूना मलाही द्या, म्हणून! अच्छा, चाललो. भाभी, येतो. मला ऑफिसला जायला हवं! बायऽ बायऽऽ *(झटकन जातो.)*

चिंकू : ग्रेट आहे. येतो काय, जातो काय? घर आपलंच समजतो.

सोनिया : खरंच आहे ते! चिंकू, हा जयवंत जरी पापाजींचा पर्सनल सेक्रेटरी असला, तरी याच घरचा आहे. निराश्रित मुलगा! पापाजींनी त्याला आपल्याबरोबर वाढवला; शिकवला. अरे, आम्ही मोठे होईपर्यंत हा आमचा भाऊ नाही, हे आम्हाला कळलंसुद्धा नाही. भाई, खरं ना?

रवींद्र : ते खरं, गं! पण फॅक्टरीबाबत यानं पापाजींचं नाव का घ्यावं?

सोनिया : त्यानं नाही घेतलं. वाचलं, ते सांगितलं.

रवींद्र : *(संतापानं)* हू केअर्स? पापाजींचा स्वभाव त्याला माहीत नाही. तुला माहीत आहे. मी जेव्हा ग्रॅज्युएट झालो; तेव्हा मी बापाच्या पैशावर उच्च शिक्षणासाठी अमेरिकेत गेलो नाही. माझ्या मेरिटवर मी स्कॉलरशिप मिळवली. माझं शिक्षण मी पुरं केलं. बाप मंत्री

असूनही, त्यांनी मला साधी ओळखपत्रं दिली नाहीत. माझ्या हिमतीवर मी भागीदार गोळा केले. तुझी चांगली नोकरी सोडायला लावून तुला या धंद्यात गुंतवला. तेव्हा फॅक्टरी उभी राहिली. माझ्या यशात पापाजींचा हात नाही आणि त्याचमुळे माझ्या यशाशी मंत्रिपदाचा संबंध जोडला जातो, तेव्हा मला माझ्या कर्तृत्वाला ग्रहण लागल्यासारखं वाटतं.

सोनिया : भाई, काय बोलतोस हे?

रवींद्र : काही खोटं नाही. आकाशातून सूर्यमालिका फिरत असते. एखादा ग्रह सूर्याच्या आड येतो आणि त्याची छाया त्या तेजाला ग्रासून जाते, असं भासतं.

सोनिया : यातला सूर्य कोण आणि ग्रह कोण?

चिंकू : प्लीज! आज वादळाचा दिवस नाही. आज सेलिब्रेट करण्याचा दिवस आहे. आज आम्ही आनंद करणार आहोत. *(विजया हसून आत जाते.)*

रवींद्र : सॉरी, माय फ्रेंड! आय फरगॉट! कम ऑन! लेट अस सेलिब्रेट! मी एवढ्यात येतो. *(आत जातो.)*

चिंकू : सोनियाऽऽ

सोनिया : काय?

चिंकू : युवर ब्रदर इज ग्रेट!

सोनिया : खरंच आहे ते. घरची काही मदत नसताना त्यानं उद्योग उभारला. त्याच्या यशात तुमच्यासारख्यांचा वाटा आहे.

चिंकू : प्लीजऽऽ

सोनिया : खोटं बोलत नाही मी. अमेरिकेत एवढी मानाची नोकरी असताना मित्रासाठी ती सोडून इथं येणं का साधं?

चिंकू : ते जाऊ दे. माझी एक रिक्वेस्ट आहे.

सोनिया : कसली?

चिंकू : या संडेला तुम्ही फ्री आहात का?

सोनिया : का?

चिंकू : आपण कुठं तरी आऊटिंगला जाऊ.

सोनिया : इज धिस ए डेट?

चिंकू : यू मे कॉल इट!

सोनिया : माफ करा, आपण वाईट वाटून घेऊ नका; पण आमच्याकडे डेटिंगचा रिवाज नाही.

चिंकू : याचमुळे इथं राहणं नको वाटतं. ओल्ड ट्रॅडिशन. त्याला चिकटून राहिलेली माणसं. नो गर्लफ्रेंड, नथिंग! एकटं राहायचं कसं? सिंप्ली हॉरिबल!

सोनिया : या देशात एकटेपणा घालवायला फक्त गर्लफ्रेंडच लागते, असं नाही.

चिंकू : डोंट टेल मी! हेच लागतं जीवनात. तुमच्या पापाजींचे पर्सनल सेक्रेटरी का पी.ए. ते जयवंत आहेत ना, ते काल कॅनॉट प्लेसच्या नाईट क्लबमध्ये दिसले.

सोनिया : मग त्यात काय झालं?

चिंकू : ते एकटे नव्हते. त्याच्याबरोबर त्याची फटाकडी स्टेनो होती.

सोनिया : तो त्यांचा प्रश्न आहे; पण या घरात लग्नाआधी मुलीनं मित्राबरोबर जाणं योग्य समजलं जात नाही.

चिंकू : थँक यू.

सोनिया : कशाबद्दल?

चिंकू : मला किमान मित्र मानलंत, याबद्दल!

सोनिया : आय टेक प्राईड इन दॅट!

चिंकू : सोनियाऽऽ

सोनिया : येस!

चिंकू : विथ ऑल धिस, मला सांगायला हवं, की एकदा तुम्ही स्टेट्सला जाऊन या. आठवण झाली, तरी जीव गलबलतो. या कंडिशनमध्ये, या स्लममध्ये राहणं अशक्य आहे.

सोनिया : हा भारत तुम्हाला स्लम वाटतो?

चिंकू : खरं बोललं, तर चालेल? तुम्ही गैरसमज तर...

सोनिया : तसंच बोला. मला ते आवडेल.

चिंकू : या देशात काय चाललं आहे? कन्याकुमारीपासून ते अटकेपर्यंत पसरलेला खंडप्राय प्रदेश, दारिद्र्यानं भरलेला. जगात हा देश गारुड्यांचा, राजांच्या अंबाऱ्यांचा आणि रस्त्यावरच्या भिकाऱ्यांचा म्हणून ओळखला जातो. अडाणी लोकांचा हा देश. निसर्गानं वाढलेली सृष्टी. तशी ही माणसं. बाहेरची माणसं येऊन इथं पाहतात काय? सागरकिनारे, हिमालयाच्या निर्मनुष्य दऱ्या, अंधश्रद्धेनं बांधलेली देवळं आणि इतिहासाच्या सम्राटांच्या कबरी. बस्स! जगाकडून भीक... घेऊन नाना धर्म, नाना जाती आणि नाना मतभेद यांत गुरफटलेला... परंपरा, रूढी यात गुरफटलेला,

रुतलेला हा देश. या देशात आहे काय?

सोनिया : तुम्हाला या देशात एवढंच दिसलं?

चिंकू : मग आणखीन काय दिसायचं? तुम्हाला काय दिसतं?

सोनिया : मला खूप दिसतं. ते तुम्हाला दिसेल, की नाही, मला माहीत नाही. ज्या स्टेट्सचे तुम्ही गोडवे गाता, त्या देशाला स्वातंत्र्य मिळून दोनशे वर्षं झाली; पण आमचं राष्ट्र शेकडो वर्षं स्वकीयांच्या अनेक राज्यसत्तेत नांदलेलं आणि नंतर इंग्रजांच्या गुलामगिरीत दीडशे वर्षं खितपत पडलेलं. या शेकडो वर्षांच्या गुलामगिरीची सवय असलेल्या राष्ट्राला वीस-पंचवीस वर्षांत स्वतंत्रतेची जबाबदारी कशी पेलावी? जेव्हा जगात ॲटमचा उदय झाला, तेव्हा आम्ही मानवतेतून स्वातंत्र्य पाहिलं. देशाचे दोन तुकडे झाले असताही कटुता राहू न देता त्या राष्ट्राकडे बंधुभावानं पाहणारं दुसरं राष्ट्र दिसेल?

चिंकू : दुसरं काय करू शकणार होतात?

सोनिया : खूप करता आलं असतं! जगाकडून आम्ही मदत घेतली जरूर! पण ती मदत आम्ही कशी वापरली, ते तुम्ही पाहत नाही. आम्ही तेन्सी व्हॅलीइतकंच मोठं भाक्रानानगल धरण बांधलं. आमच्या शेतीप्रधान देशासाठी सिंद्रीचा खताचा भव्य कारखाना उभारला. सारी यंत्रसामग्री असताही या देशातील गरिबांना उद्योग मिळावा, म्हणून नागार्जुनासारखे भव्य प्रोजेक्टस् माणसांच्या श्रमानं पुरे केले. आम्हाला यंत्रयुगाशी, विज्ञानाशी सामना करायचा नव्हता. आम्हाला माणसांची माणुसकी टिकवून राष्ट्र मोठं करायचं होतं. ते स्वप्न फक्त या भारतानंच पाहिलं.

चिंकू : स्वप्न पाहिलं, पण मिळालं नाही.

सोनिया : जरूर मिळालं. आम्हाला या देशात एफेल टॉवरसारखा भव्य मनोरा उभारता आला नसेल. तुमच्या स्टेट्समधील एम्पायर स्टेट बिल्डिंगसारखी गगनचुंबी इमारत उभी करता आली नाही; पण मानवतेनं प्रेरित झालेली, त्याबद्दल श्रद्धा बाळगणारी टिळक, गांधी, नेहरूंसारखी उत्तुंग माणसं आम्ही आमच्या देशात पिढ्यान् पिढ्या गल्लीबोळांतून निर्माण केली, हे तुम्ही विसरू शकणार नाही. स्वातंत्र्याचं मोल आम्ही कधीच विसरू शकलो नाही. नाहीतर शेजारच्या स्वातंत्र्यासाठी एक करोड निर्वासित आम्ही स्वीकारले नसते. ती माणसं निराश्रित म्हणून

या देशात आश्रयाला आली, वर्षभर राहिली आणि आपल्या मायदेशी परत सुखरूप गेली. याला जगात तोड नाही. दुसरी उपमा नाही. कोणत्या स्वार्थापोटी हे केलं होतं? हे श्रीमंतीवर, ॲटमबॉम्बच्या बळावर किंवा सैन्याच्या बळावर नाही. ते घडलं फक्त मानवतेच्या पायावर! नो! माय फ्रेंड! या जगात कुठं स्वर्ग शिल्लक उरला असेल, तर तो फक्त या भारतातच आहे, कारण इथली माणसं अजून माणसंच आहेत. माणसं म्हणून जगू पाहत आहेत.

चिंकू : थिस इज वर्थ थिंकिंग...

सोनिया : *(अभिमानाने)* जरूर! ही विचार करण्यासारखी गोष्ट आहे. तुम्ही करा आणि पाहा. हा भारत समजता त्यापेक्षा निराळा दिसेल तुम्हाला.

(बेडरूमच्या दरवाज्यानं रवींद्र प्रवेश करतो. त्यानं कपडे बदलले आहेत. अंगावर हाऊस कोट आहे. त्याच्या हातांत ट्रे आहे. त्यावर दारूची बाटली, पाण्याचं भांडं, बर्फाचं भांडं, पेले असतात. जेव्हा रवींद्र येतो, त्याच वेळी दुसऱ्या दरवाज्यानं विजया प्रवेश करते. तिच्या हातांत ट्रे आहे. त्यात सरबताचे चार पेले, भज्यांच्या दोन बश्या दिसतात. दोघं आत येऊन एकमेकांकडे पाहतात. थबकतात. दोघांच्या नजरा दुसऱ्याच्या हातांतील ट्रेवर खिळलेल्या असतात.)

रवींद्र : काय आणलंस?

विजया : लिंबूसरबत आणि गरम भजी!

रवींद्र : *(हसतो.)* ते सरबत घेऊन जा. भजी चालतील. हवं तर तुम्ही दोघी सरबत घ्या.

विजया : आणि तुम्ही? तुम्ही काय घेणार? हे?

रवींद्र : सांगितलं ना, आज आम्ही सेलिब्रेट करणार, म्हणून! आज थोडी व्हिस्की घ्यावी, असं मनात आहे.

विजया : या घरात?

रवींद्र : प्लीज, विजू! डोंट मेक अ शो! नॉट टुडे ॲटलीस्ट! आज आम्हाला विजयाचा आनंद उपभोगू दे!

विजया : तो व्यक्त करायचा झालाच, तर व्हिस्की घ्यावी लागतेच का? पापाजींना हे कळलं, तर काय वाटेल?

रवींद्र	:	डॅम इट! पापाजी!! पापाजी!!! त्यांच्याशिवाय या घरात एक पान हलत नाही. हे फोटो का लादलेत? पापाजींना आवडतील, म्हणून. जगात रंगीबेरंगी आवरणं असताना ही पांढरीशुभ्र बैठक का? पापाजींना आवडते, म्हणून! या घरात दारू प्यायची नाही, सिगारेट ओढायची नाही, का? पापाजींना काय वाटेल?
विजया	:	रविऽऽ
रवींद्र	:	विजया, हे घर माझं आहे. हे केव्हातरी लक्षात घ्यायला हवं. हे उभारण्यात आणि माझ्या यशात पापाजींचा काहीही हात नाही. याच दिल्लीत ते मंत्री म्हणून नांदतात. त्यांची स्वतंत्र हवेली आहे. तिथं ते हवे ते रिवाज पाळायला मोकळे आहेत; पण या घरात... याच घरचे रीतिरिवाज पाळले गेले पाहिजेत. आय ॲम दि मास्टर ऑफ धिस हाऊस!
विजया	:	मी ते कुठं नाकायलंय? दारू पिणं हे रीतिरिवाजांत मोडतं का?
रवींद्र	:	पण हे ठरवणार कोण? मी का तू?
विजया	:	आपण दोघंही नव्हे. आपल्या घरात वाढणारी ही सोनिया ठरवेल. तुमची प्रतिष्ठा ठरवेल.
रवींद्र	:	सोनियाऽऽ
विजया	:	घरात आपली बहीण आहे. तिचं लग्न व्हायचं आहे. रात्री-बेरात्री अचानक आपल्या उद्योगधंद्याची माणसं आपल्याला भेटायला येतात. त्या घरात झिंग आणणारं व्यसन चालणार नाही.
रवींद्र	:	कोण झिंगतं?
विजया	:	या व्यसनाचं तेच दुर्दैव आहे. बेताल झालेल्या माणसाला आपण बेताल झाल्याचं कधीच कळत नाही. वाढणाऱ्या बेशुद्धीबरोबर त्याला शुद्धीचा विश्वास वाटत असतो. अगदी बेशुद्ध पडेपर्यंत!
चिंकू	:	ग्रेट! भाभी, दारू न पिताही इतकं करेक्ट रीडिंग कुणी केलं नसेल.
रवींद्र	:	(संतापानं) चिंकू, शट अप! विजया, या सोनियाचं लग्न व्हायचं आहे, म्हणून दारू प्यायची नाही. मला त्यात काही वाईट आहे, असं वाटत नाही.
विजया	:	वाईट काय आहे, हे माहीत नाही; पण त्यात अभिमानास्पद काही नाही, हे मला माहीत आहे.
रवींद्र	:	आणि पापाजींच्या घरात?

विजया : त्यांचा उल्लेख कशाला करता? धुतल्या तांदळासारखं त्यांचं जीवन! त्यांना व्यसनाचा तिटकारा आहे.

रवींद्र : व्यसन कशाला म्हणायचं? त्याची काही व्याख्या आहे? ज्याच्या अभावामुळे माणसाला चुकल्यासारखं वाटतं, तेच व्यसन ना? मूल जन्माला आल्यानंतर आईच्या स्तनांत दूध निर्माण होतं. ते बाळाच्या व्यसनासाठीच! त्याला तुम्ही पोषण म्हणता. मानवी मनाच्या वैतागाला, आनंदाला, अतीव दुःखालासुद्धा अशा पोषणाची आवश्यकता असते. पापाजींचीसुद्धा यातून सुटका नाही.

विजया : दारूचं समर्थन करण्यासाठी पापाजींचा उल्लेख कशाला?

रवींद्र : नाव काढलं, तरी काय संताप येतो? कैक वेळा वाटतं, की ते माझे वडील नसून, तुझेच आहेत. तुला ते वडिलांसारखेच वाटतात आणि मला सासऱ्यासारखे!

विजया : खरंच आहे ते.

रवींद्र : त्याच पापाजींना दररोज बारा मोसंबींचा रस लागतो. दोन पेले ताक लागतं. बदाम, केशर घातलेलं दूध लागतं. हे व्यसन नव्हे? कदाचित आमच्या दारूपेक्षा त्याचा खर्च जास्त असेल.

विजया : काय बोलता हे? सत्तरीचं वय त्यांचं! त्यांचा आजचा बारा मोसंबींचा रस दिसला; पण अर्धं आयुष्य त्यांनी देशासाठी तुरुंगात घालवलं. चक्की पिसली. मीठ-भाकर खाऊन दिवस घालवले, हे एवढ्यात विसरलात?

रवींद्र : पण विजया, मी विचारतो, घरात आम्ही दररोज पार्टी करतो?

विजया : पण त्याविना काही अडलंय का?

रवींद्र : पण हा आग्रह का?

विजया : त्याला एकच कारण आहे. मी जेव्हा या घरात आले, तेव्हा मला पापाजींनी दुसरं काहीच सांगितलं नाही. ते म्हणाले, मुली, तुझ्या घरात कधीही संस्कार आणि संस्कृतीची उणीव पडू देऊ नको.

रवींद्र : हं! असल्या गोष्टींवर विश्वास ठेवणारा मी नव्हे. विजू, लेट अस स्टॉप इट! तू आत जा. *(विजया खिन्न मनाने आत जायला वळते.)*

चिंकू : पण रवि, मी म्हणतो, व्हिस्की इथं घेतली नाही, म्हणून काही बिघडणार आहे का? तुझा आग्रह असला, तर आपण कुठंही

बाहेर जाऊ. बारमध्ये जाऊन पिऊ. सेलिब्रेट! कसं?

विजया : आपण बाहेर जाऊन ते करू शकता, माझी त्याला कधीच ना नाही. त्याबद्दल रागही नाही; पण या घरात या गोष्टी व्हाव्यात, हे मला आवडणार नाही. याउपर जे करायचं, ते करू शकता. घर तुमचं आहे.

(विजया आत जाते. सोनियाही जायला वळते.)

रवींद्र : सोनियाऽऽ

सोनिया : जेथे वहिनी राहू शकत नाही, तिथं मलाही जागा नाही.

(रवींद्र हताश होतो. दोन्ही ट्रेंकडे पाहतो. चिंकूकडे पाहतो. चिंकू खांदे उडवतो. रवींद्रच्या चेहऱ्यावर स्मित उमटतं. विजयाला हाक मारतो.)

रवींद्र : विजया, ए विजया! विजूऽऽ

विजया : *(बाहेर येत)* काय?

रवींद्र : हवं तर तो ट्रे आत नेऊ शकतेस. *(दारूच्या ट्रेकडे बोट दाखवतो.)*

विजया : *(आनंदाने)* आनंदानं नेईन मी. *(ट्रे उचलून आत नेते.)*

रवींद्र : दॅटस इट! कम ऑन!

(सरबताचा पेला सोनिया चिंकूच्या हाती देते. त्याच वेळी विजया बाहेर येते. तिला एक देतो. मग स्वत: घेत.)

रवींद्र : कम ऑन! लेट अस सेलिब्रेट!... चिअर्स! चिंकू, तुला सांगितलं नव्हतं? आय ॲम द मास्टर ऑफ धिस हाऊस... *(विजयाकडे पाहत)* अँड आय हॅव माय वाईफस् परमिशन टू से सो.

(सारे हसतात. रवि एक भजं उचलतो. एक घास घेतो.)

रवींद्र : नॉट बॅड! नॉट बॅड ॲट ऑल!

चिंकू : दॅट्स लाईक ए गुड बॉय!

सोनिया : भाई, तुझा संताप आणि संयम यांचं हे क्युअर कॉंबिनेशन आहे, बघ. कित्येक वेळा मला त्याचं आश्चर्य वाटतं.

चिंकू : मी तेच म्हणणार होतो.

रवींद्र : त्यात आश्चर्य कसलं? डोंट फरगेट! आय ॲम द चिप् ऑफ द ओल्ड ब्लॉक. तो वारसा चुकेल कसा?

सुरेंद्रनाथ : *(प्रवेश करीत)* कसला वारसा?

(सारे चकित होतात. उठून उभे राहतात. सुरेंद्रनाथ एक वयस्क, देखणा पुरुष आहे. डोळ्याला चष्मा आहे. अंगात पांढरा नेहरू शर्ट, जाकीट व पायांत चुणीदार विजार आहे. सर्वांना पाहत ते आत येतात. प्रथम सोनिया 'पापाजी' म्हणून धावत जाऊन त्यांच्या पायांना हात लावून वंदन करते. पापाजींच्या हातांत दोन बॉक्सेस आहेत. रवींद्र, विजया पाया पडतात.)

सुरेंद्रनाथ : बेटी, विजया, आयुष्यमान हो! या घरची लक्ष्मी बनण्याचं अखंड सौभाग्य तुला लाभो. हे घे. *(तिच्या हातात बॉक्स देतात. वरचा बॉक्स उघडतात. त्यातला मिठाईचा एक तुकडा तिच्या तोंडात घालतात.)* साऱ्यांना मिठाई दे. दुसऱ्या बॉक्समध्ये खादी सिल्कची साडी आहे. आवडते का, बघ.

सोनिया : आणि पापाजी, माझ्यासाठी?

सुरेंद्रनाथ : काही नाही. फक्त तिच्याचसाठी मी आणलंय.

रवींद्र : सुनेचं एवढं कौतुक! ही पारशालिटी होतेय, पापाजी! आणि एवढं कौतुक का?

सुरेंद्रनाथ : एवढं कौतुक का? रवि, तुझी फॅक्टरी काढून किती वर्षं झाली?

रवींद्र : तीन!

सुरेंद्रनाथ : प्रथम वर्षी किती फायदा झाला?

रवींद्र : चार लाख पासष्ट हजार!

सुरेंद्रनाथ : दुसऱ्या वर्षी?

रवींद्र : नऊ लाख ऐंशी हजार.

सुरेंद्रनाथ : आणि चालू वर्षी?

रवींद्र : अठ्ठावीस लाख बेचाळीस हजार.

सुरेंद्रनाथ : व्हेरी गुड! कारखान्याचा ताळेबंद मुखोद्गत आहे; पण घरच्या बायकोचा वाढदिवस लक्षात नाही. आज विजयाचा वाढदिवस आहे. अरे, कसला संसार करता?

चिंकू : *(पटकन पुढे येत)* भाभी, विश यू मेनी हॅपी रिटर्नस् ऑफ द डे!

सोनिया : *(विजयाला मिठी मारत)* वहिनी, खरंच विसरलो आपण. आय टू विश यू ऑल द हॅपीनेस् इन द लाईफ!

रवींद्र	:	*(ओशाळतो.)* माफ करा, पापाजी! खरंच हे ध्यानी नव्हतं; पण आश्चर्य वाटतं...
सुरेंद्रनाथ	:	कसलं?
रवींद्र	:	अर्ध आयुष्य तुरुंगात गेलं, तरी संसाराचे बारकावे...
सुरेंद्रनाथ	:	*(हास्य विरतं. गंभीर होत)* रवि, ते तुला कळायचं नाही. तुरुंगात असलेल्या जिवांना आठवत असतो फक्त संसार! या विजयाचा बाप माझा सहकारी होता. या पोरीवर त्याचा भारी जीव होता. मला आठवतं, हिच्या वाढदिवशी तो हिच्या आठवणीत गुंग असायचा. ही पोर केव्हा रांगू लागली, चालू लागली, त्याला लालू म्हणायला लागली. सारं सांगत बसायचा. तुरुंगात त्याचे खूप हाल झाले, छळणूक झाली. या मुलीचं भाग्य उजळलेलं पाहण्याआधीच तो निघून गेला. पाठोपाठ त्या दुःखानं आईही गेली. या घरात या मुलीला माझी सून म्हणून आणली. आठवणीसाठीच नाही, बेटा! एकाकी जीवनाच्या आठवणींची तीव्रता तलवारीच्या पात्यापेक्षा धारदार असते. नाहीतर या पोरीच्या वाढदिवसाची आठवण बाळगून मी येथे आलो नसतो. *(सारे भारावतात. विजया पुढे येते. पापाजींच्या पाया पडते. पापाजी तिला उभे करतात.)* नाही, बेटा! आज तुझा वाढदिवस ना! आज डोळ्यांत पाणी आणायचं नाही. मी जिवंत आहे, तोवर डोळ्यांत पाणी आणू नकोस. मुली, तुझा बाप आज असता, तर याप्रसंगी तू डोळ्यांत पाणी आणलं असतंस? तुझ्या चेहऱ्यावर हसू दिसलं नाही, तर वाईट वाटेल मला. *(विजया हसते)* आता बरं वाटलं मला. विजू बेटा, थोडं सरबत दे मला आणि हे बघ, साखर घालू नकोस. मीठ घाल. *(विजया जाते.)* काय चिंकू? काय म्हणते तुमची फॅक्टरी? इव्हिनिंग न्यूजमध्ये हेडलाईन वाचली. सगळ्या कामगारांना लूना दिलीत, म्हणे!
चिंकू	:	हो! पापाजी, फायदा झाला. बोनस वाटला. याच्या आग्रहामुळे लूना दिली.
सुरेंद्रनाथ	:	बरं केलंत!
रवींद्र	:	पापाजी, आम्हाला एक्स्पोर्ट लायसन्स मिळालं.
सुरेंद्रनाथ	:	बधाई!
चिंकू	:	थँक यू, पापाजी! पापाजी, आम्ही प्रयत्न करतो आहोत.

कदाचित आम्हाला जर्मन कोलॅबोरेशनसुद्धा मिळेल.

सुरेंद्रनाथ : आणि ते मिळालं, तर!

रवींद्र : जगाच्या इंडस्ट्रियल क्षेत्रात आमचं नाव होईल. करोडो रुपयांचा फायदा होईल.

सुरेंद्रनाथ : आणि असंच यश वाढत गेलं, तर अब्जावधी!

रवींद्र : का नाही? ते तर आमचं स्वप्न आहे.

सुरेंद्रनाथ : रवि, स्वप्नं जरूर बाळगावी! पण त्यातही मर्यादा असावी!

रवींद्र : स्वप्नांना मर्यादा नसते!

सुरेंद्रनाथ : त्याचमुळे माणसानं सदैव सावध राहावं. मी जेव्हा बॅरिस्टर होऊन इथं आलो, तेव्हा माझीही स्वप्नं अशीच मोठी होती. नावलौकिक, पैसा मिळवावा. ऐश्वर्यसंपन्न जीवन जगावं, ही इच्छा होती. त्या वेळी एक दरोड्याची केस माझ्याकडे आली. सात खून पडले होते. आरोपींच्या वतीनं मी उभा राहिलो. चाळीस हजार फी त्या काळची त्यांनी मान्य केली.

चिंकू : माय गॉड! फॉर्टी थाऊजंड!

सुरेंद्रनाथ : सारं बुद्धिचातुर्य पणाला लावून मी ती केस लढवली. सारे निर्दोष सुटले. माझ्या नावाचा खूप गाजावाजा झाला. त्या वेळी एका माणसानं मला बोलावलं. तो म्हणाला, 'आपला विजय ऐकला. मी तुम्हाला बोलावलं. मला एका प्रश्नाचं उत्तर हवंय.' मी विचारलं, 'काय?' तो शांतपणानं म्हणाला, ज्यांना सोडवलंत, त्यांनी खून केले होते, की नाही?' खोटं बोलायचं धारिष्ट मला झालं नाही. मी सारं सांगितलं. त्या माणसाचा चेहरा कष्टी झाला. हास्य विरलं. तो म्हणाला, 'चाळीस हजारांसाठी तुम्ही गुन्हेगारांना वाचवलंत; पण ज्यांच्या घरची माणसं हरवली, त्यांना तुमच्या विजयाची वार्ता ऐकून केवढं दुःख झालं असेल? न्यायावर त्यांचा विश्वास राहील का?' त्या माणसाच्या दर्शनानं, विचारानं माझ्यात सारं परिवर्तन घडून आलं. उज्ज्वल भवितव्याची स्वप्नं विसरून, वकिली सोडून, मी त्या माणसाच्या पायी लागलो. त्या माणसाचं नाव होतं महात्मा गांधी. नाही, बेटा! जीवनात नुसता पैसा मोजून चालत नाही. त्यालाही कुठं तरी मर्यादा हवीच!

रवींद्र : कसली मर्यादा?

सुरेंद्रनाथ : एक विचारू? एका माणसाला किती पैसा लागतो?

रवींद्र	:	मीही आपल्याला तोच प्रश्न बदलून विचारला, तर?
सुरेंद्रनाथ	:	विचार ना!
रवींद्र	:	एक माणूस स्वतःसाठी किती पैसा खर्च करू शकतो?
सुरेंद्रनाथ	:	स्वतःसाठी किती खर्च करू शकतो? हवा तेवढा!
रवींद्र	:	फार चुकीची समजूत आहे. प्रसन्न निवारा, मनाजोगे कपडे आणि आराम झाला, की फार थोडं लागतं. हा फ्लॅट आहे. गाडी आहे. घरात सोयी आहेत. जास्त झालं, तर एखादं प्लेन घेईन. बस्स! आणखीन काय करणार एक माणूस?
सुरेंद्रनाथ	:	काय म्हणायचं आहे तुला?
रवींद्र	:	मला काही म्हणायचं नाही. पापाजी, आम्ही लक्षावधी रुपयांचा फायदा मिळवला, एवढंच तुम्ही पाहता; पण त्याच वेळी आम्ही काही लोकांनी या फॅक्टरीसाठी करोडो रुपयांचं कर्ज काढलं, हे विसरता. आम्ही फायदा मिळवला. तो फक्त आमच्यासाठी? कामगारांना राहण्यासाठी सुबक निवासस्थानं, त्यांचे विमे, क्रीडांगणं हा खर्च आम्हीच करतो ना!
सुरेंद्रनाथ	:	कायद्यानं हे करावंच लागतं!
रवींद्र	:	पण कायद्यातून दोषीसुद्धा निर्दोष सुटतात, हे तुम्हीच सांगितलं ना!
सुरेंद्रनाथ	:	रविऽ
रवींद्र	:	पापाजी, नुसत्या भांडवलदारांचे उद्योग म्हणून पाहण्याचे दिवस आता राहिले नाहीत. सावकारी आणि उद्योग यात खूप फरक आहे. आमच्या फायद्याबरोबरच त्या कामगारांचं हित आम्ही पाहत असतो.
सुरेंद्रनाथ	:	कारण त्यांचे श्रम हाच तुमचा फायदा असतो.
रवींद्र	:	श्रम त्यांचे! आणि आमचे नाहीत? गाळलेल्या घामाइतके श्रम केस पिकवणाऱ्या विचारांनाही असतात. आम्ही त्या श्रमाचं मोल जाणतो आणि म्हणूनच कामगारांचे आम्ही विश्वस्त बनतो.
सुरेंद्रनाथ	:	विश्वस्त?
रवींद्र	:	हो! निश्चितपणे! पापाजी, चुकून आमच्या उद्योगाचं दिवाळं वाजलं, तर त्या दिवशी एकही कामगार पुढं येऊन हे आपलं दिवाळं वाजलं, असं सांगणार नाही. त्या दिवशी फक्त आमच्याच घरावरच्या खापऱ्या उतरल्या जातील आणि हेच कामगार अन्यत्र काम शोधायला बाहेर पडतील. ते कसलीच

जबाबदारी घेत नसतात; पण आम्ही त्या माणसासकट उद्योगाची जोखीम बाळगत असतो. पापाजी, तुमचा त्याग जितका श्रेष्ठ आहे, त्याच्यापुढं हा त्याग मोठा नसेल; पण फारसा कमी आहे, असंही मानायचं कारण नाही.

(त्याच वेळी डॉ. दयालबाबू आत येतात.)

सुरेंद्रनाथ : कोण? दयाल! ये!

(दयाल सुरेंद्रनाथबाबूंना भेटतात. रवींद्र, सोनिया, चिंकू त्यांना वंदन करतात. त्याच वेळी विजया आत येते.)

सुरेंद्रनाथ : बेटी, एका ग्लासानं भागणार नाही. दोन घेऊन ये. *(विजया ट्रे ठेवते. दयालांच्या पाया पडते.)* दयाल, चांगला आशीर्वाद दे. आज तिचा वाढदिवस आहे.

दयाल : बेटी, तुला कधीही चष्मा लागू नये; हा माझा आशीर्वाद आहे.

(सारे हसतात. विजया आत जाते.)

सुरेंद्रनाथ : डोळ्यांचा सर्जन शोभलास खरा! चिंकू, अशी त्यागी माणसं फार थोडी.

दयाल : त्याग कसला? हे कर्तव्यच करतो मी!

सुरेंद्रनाथ : त्याग नाही कसा? सर्जन होऊन देशात आलास, महात्माजींनी तुला गरिबांची सेवा करायला सांगितली. उभं आयुष्य तू त्यासाठी झिजवलंस. आज मुंबई, दिल्लीसारख्या शहरांत डोळ्यांची अद्ययावत हॉस्पिटल्स उभी केलीस. हे कार्य का थोडं?

दयाल : असू दे! बेटा चिंकू, तुझी गाडी आहे?

सुरेंद्रनाथ : माझी खाली आहे ना!

दयाल : नको. मंत्र्याच्या गाडीतून जरा जरी फिरलं, तरी वशिल्यासाठी घरी रांग लागते. चिंकू! *(घड्याळ पाहतो. खिशातून कागद काढतो.)* अजून दुकानं बंद झाली नसतील. बेटा, एवढी औषधं आणतोस? थांब, पैसे देतो.

चिंकू : नको डॉक्टरसाहेब, माझ्याजवळ आहेत. *(वळतो.)*

सोनिया : थांबा! तुम्ही कॅनॉट प्लेसला जाणार?

चिंकू : हो!

सोनिया : मी येते. माझं थोडं शॉपिंग आहे.

चिंकू : जरूर चल; पण पैसे घे.

सोनिया : त्याची काळजी नको. *(झटकन आत जाते.)*

चिंकू : बायकांचं शॉपिंग! परमेश्वरही त्याची जबाबदारी घेऊ शकणार नाही.

(सोनिया पर्स घेऊन येते; चिंकू पापाजींकडे पाहतो.)

सुरेंद्रनाथ : लवकर या. *(दोघेही जातात.)* दयाल, औषधं कसली?

दयाल : अरे, आता वय झालं. दगदग कमी करायला हवी.

(विजया सरबताचे पेले आणते. दोघांच्या हातांत देते.)

विजया : डॉक्टरबाबू, थकलेले दिसता.

दयाल : हां, बेटी! आता दगदग सोसवत नाही. एका बाजूला डॉक्टरकीचं काम करायचं आणि दुसऱ्या बाजूला संस्थेसाठी झोळी घेऊन फिरायचं. याला हुडकत याच्या बंगल्यावर गेलो. तिथं कळलं, हा इथं आहे. तसाच इकडं आलो.

सुरेंद्रनाथ : एवढ्या तातडीनं!

दयाल : तुला-मला या कामात गुंतवणारा केव्हाच गेला. आता तुझ्याशिवाय जाणार कुठं?

सुरेंद्रनाथ : काय काम काढलंस?

दयाल : सुरेंद्रनाथ, थोडी अडचण आलीय. अमेरिकेत रेटिनाचं ऑपरेशन करण्यासाठी मदत होईल, असं एक उपकरण निघालं आहे. आपल्याजवळ तसे दीड-दोन लाख आहेत; पण त्याची किंमत इथं येऊन लागेपर्यंत सात-आठ लाखांवर जाईल. ते उपकरण आणलं, तर हॉस्पिटल अद्ययावत होईल. लक्षावधी गरिबांना त्याचा फायदा होईल. तू जर तुझ्या ओळखीच्या चार-पाच ठिकाणी पत्रं देशील, तर हे सहज साध्य होईल.

सुरेंद्रनाथ : पी. सरबत पी. निश्चिंत मनानं पी. तुझं काम जरूर होईल.

दयाल : थट्टा करतोस?

सुरेंद्रनाथ : नाही, मित्रा! थट्टा नाही. तू येण्यापूर्वी आम्ही तीच चर्चा करीत होतो. अरे, आमच्या रविनं उभारलेल्या कारखान्याला लक्षावधी रुपयांचा फायदा झाला आहे. तो तुझ्या कार्यातला सिंहाचा वाटा जरूर उचलेल. काय रवि, खरं ना?

रवींद्र : आय ॲम सॉरी, पापाजी.

सुरेंद्रनाथ : तू सांगितलंस, तर तुझं डायरेक्टर बोर्ड जरूर मानेल. प्रत्येक कामगाराला लूना द्यायचं मानलंच ना?

रवींद्र : ते खरं असलं, तरी मी सांगणार नाही.

सुरेंद्रनाथ : अरे, या दयालबाबूंचं काम केवढं मोठं आहे. हा शंकर शर्मा. याची निष्ठा, मानवतेचा कळवळा पाहून महात्माजींनी याला दयालबाबू म्हटलं. तेच नाव रूढ झालं. त्यांच्या कार्याबद्दल तू तरी शंका घेऊ नकोस.

रवींद्र : गैरसमज होतोय, पापाजी. त्यांच्या कार्याबद्दल मला नितांत आदर आहे; पण त्यांना मदत करणं माझ्या निष्ठेत बसत नाही.

सुरेंद्रनाथ : निष्ठा?

रवींद्र : निष्ठा! जेव्हा इंग्रजांचं राज्य होतं, तेव्हा दीन-दुबळ्या अंध रुग्णांना मदत करण्याची यांच्यासारख्या समाजसेवकांची गरज होती. त्यांनी ते आव्हान स्वीकारलं. मदत गोळा केली. स्वत:चा प्रपंच न पाहता देशाची संख्या आपला प्रपंच मानला. लक्षावधी रुग्णांवर मोफत औषधोपचार केला. त्यांची ही सेवा देश कधीही विसरणार नाही.

सुरेंद्रनाथ : मग तुमची निष्ठा बिघडली कुठं?

रवींद्र : पापाजी, हे तुम्ही मला विचारता? स्वातंत्र्य मिळून एवढी वर्षं झाली, या काळात तुम्ही काय केलं? अजूनही आपल्या स्वतंत्र राष्ट्रामध्ये मुलांच्या शिक्षणासाठी, रुग्णांच्या सेवेसाठी अशा माणसांना झोळ्या घेऊन दारोदारी भीक मागावी लागते. नाही पापाजी, दानावर वाढलेली माणसं मानानं जगू शकत नाहीत.

सुरेंद्रनाथ : ते मला मान्य आहे; पण ते एका दिवसात होत नाही. स्वातंत्र्य आलं, की साऱ्या गोष्टी एका दिवसात मिळाल्या पाहिजेत, असं साऱ्यांना वाटतं. सूर्य आणि स्वातंत्र्यसूर्य यात फरक आहे. सूर्य क्षितिजावर येताच काळोख नाहीसा होतो; पण स्वातंत्र्यसूर्याची किरणं समाजाच्या खालच्या थरापर्यंत पोहोचायला फार वेळ लागतो.

रवींद्र : त्यासाठी किती वेळ वाट पाहायची? दीडशे वर्षं?

सुरेंद्रनाथ : तुमच्यासारखे दृष्टिकोन बाळगणारे असले, तर तेवढी लागतीलही!

(विजया रागाने आत जाते.)

रवींद्र : मग तुमच्या हातून काहीही होणार नाही. हळूहळू या गोष्टी साध्य होत नसतात. करोडो रुपयांचं कर्ज काढूनच अद्ययावत कारखाना उभारला जातो, हा माझा अनुभव आहे.

दयाल : त्याची इच्छा नाही, तर आग्रह कशाला?

सुरेंद्रनाथ : त्याची चिंता करू नकोस. माझ्या शब्दाला यानं किंमत दिली नाही, तरी या देशात माझा शब्द झेलणारे लक्षावधी आहेत. मी तुला ओळखपत्रं देईन. तुझं काम होऊन जाईल.

दयाल : बेटा रवि, माझा तुझ्यावर राग नाही; पण या देशातलं दैन्य, दारिद्र्य, व्याधी कायदे करून दूर होणार नाहीत. परमेश्वरानं माणसाला हृदय नावाची चीज दिली आहे. त्याकडे शरीराला रक्तपुरवठा करणारा एक अवयव म्हणूनच पाहून चालायचं नाही. त्याला मानवतेचं स्पंदन असायला पाहिजे. दुसऱ्याच्या संकटानं, दुःखानं कळवळायला हवं. प्रत्येक माणसाला जेव्हा अशा हृदयाची जाण होईल, तेव्हाच या देशातली गरिबी, श्रीमंती, दुःख, दारिद्र्य यांच्या दऱ्या मिटतील. नुसत्या कर्तव्याच्या जाणिवेतून या समस्या सुटणार नाहीत.

रवींद्र : डॉक्टरबाबू, हे तुम्ही सांगता? जे हृदय तुम्ही म्हणता, ते हृदय, कुणी सांगावं, येत्या एक-दोन वर्षांत सहज बदलण्याचा शोध लागेल. तेव्हा जुनी निष्क्रिय झालेली हृदयं फेकावी लागतील.

दयाल : तसं घडलं, तर फार बरं होईल. ती हृदयं प्लास्टिकची असतील; पण स्वार्थाचा स्पर्श त्यांना त्या वेळी झालेला नसेल. कदाचित ती हृदयं हे कार्य अधिक करतील. कुणी सांगावं!

(त्याच वेळी विजया येते. तिच्या हाती दागिन्यांची पेटी असते. ती पेटी विजया दयालांच्या हाती देते.)

विजया : *डॉक्टरबाबू, मी एवढी श्रीमंत नाही; पण माझं हे स्त्रीधन तुमच्या कार्यासाठी लागलं, तर जगण्याचं सार्थक वाटेल. (रवींद्र टाळ्या वाजवतो.)*

रवींद्र : विजया, तुझा त्याग खरंच मोठा आहे. नाहीतर बायकांना आपले दागिने एवढ्या सहजासहजी देता आले नसते.

विजया : रवि, माझ्या भावनांची थट्टा करण्याचा तुम्हाला काही अधिकार नाही.

रवींद्र : विजया, मी थट्टा केली नाही.

दयाल : बेटी, मला खूप आनंद झाला; पण ते दागिने नेऊन ठेव.

रवींद्र : विजया, खरंच ते घेऊन जा. तेवढ्यानं ही गरज भासणार नाही आणि सात-आठ लाखांचे दागिने तुझ्या-माझ्याजवळ राहतील,

असंही वाटत नाही.

(दयालनी दिलेली पेटी विजया घेते. तिला अश्रू आवरत नाहीत.)

रवींद्र : दागिने परत मिळाले, रडायला काय झालं?

विजया : *(संतापते)* हे दागिने मी कधीही वापरणार नाही. दयालबाबूंसारख्या मोठ्या माणसाचा या घरी अपमान झाला, हे मी कधीही विसरणार नाही. तुमचा कारखाना, त्याचा फायदा सारं एकत्र केलं, तरी त्याची भरपाई होणार नाही.

(विजया पेटी घेऊन संतापाने आत जाते. त्याच वेळी चिंकू, सोनिया आत येतात. सोनियाच्या हातांत पाकिटे असतात. ती गडबडीने आत जाते.)

दयाल : बेटा, औषधं मिळाली?

चिंकू : जी! *(औषधांचं पॅकेट पुढं करतो.)*

दयाल : काय पडलं?

चिंकू : राहू दे, डॉक्टर! मी दिलं.

दयाल : ते चालणार नाही. माझ्याकडून बिल घेतलं नाहीस, तर मला औषध स्वीकारता येणार नाही.

चिंकू : पण का? डॉक्टरसाहेब, मी का परका?

दयाल : तसं म्हणत नाही मी; पण आज नवं ज्ञान मिळालं आहे. दानातून माणसं मानानं जगू शकत नाहीत. बिल दे.

(चिंकू बिल देतो. डॉक्टर पैसे देतात.)

सुरेंद्रनाथ : चल दयाल, आपण घरी जाऊ.

(दोघे वळतात, तोच रवींद्रची हाक कानांवर येते.)

रवींद्र : थांबा, डॉक्टरबाबू!

(रवींद्र टेबलावरची आपली ब्रीफ उघडतो. चेकबुक काढतो. चेकवर सही करून चेक फाडतो. ब्रीफ बंद करून तो वळतो. चेक दयालबाबूंच्या हाती देतो.)

रवींद्र : डॉक्टरबाबू, हा चेक घ्या. कोरा आहे. तुम्हाला हवा असेल, तो आकडा घाला. *(सुरेंद्रनाथ पुढे होतात. चेक हाती घेऊन तो रवींद्रकडे भिरकावतात.)*

सुरेंद्रनाथ : माझ्या किंवा विजयाच्या आग्रहासाठी चेक देण्याची काहीच गरज नाही. निष्ठा नसलेले दान घेणं आम्ही पाप समजतो.

रवींद्र : *(शांतपणे)* पापाजी, हा चेक मी तुमच्या किंवा विजयाच्या आग्रहाखातर देत नाही. हा चेक मी वेगळ्या निष्ठेनं देत आहे. *(चेक उचलून डॉक्टरांच्या हाती देतो.)* डॉक्टरबाबू! घ्या. दान म्हणून हा चेक देत नाही. कर्तव्याच्या भावनेतून मी हा चेक देत आहे.

सुरेंद्रनाथ : कसलं कर्तव्य?

रवींद्र : मुलाचं!

सुरेंद्रनाथ : डॉक्टरांबद्दल नुसता आदर...

रवींद्र : डॉक्टरांबद्दल नव्हे. माझ्या आईबद्दल.

सुरेंद्रनाथ : आई?

रवींद्र : पिताजी! तुमच्या कर्तव्यापोटी तुम्ही कदाचित त्या जिवाला विसरलाही असाल. माझ्या आईचे डोळे अधू होते. शेवटी ती आंधळी झाली. तुम्ही तुरुंगात जायला निघत असा. त्या अंधेऱ्या खोलीत त्या अधू डोळ्यांतून वाहणारे अश्रू कधीच दिसले नाहीत. आंधळ्या श्रद्धेनं जपलेलं तसलं अंधत्व परत कुणाच्याही नशिबी येऊ नये, असं वाटलं आणि म्हणूनच हा चेक दिला. *(सुरेंद्रनाथ काष्ठवत बनतात. आपला सोनेरी चष्मा काढून डोळे टिपतात.)* पापाजी! मी काय पाहतोय हे? तुमच्या डोळ्यांत आणि अश्रू! आई गेली, तेव्हा तिचं क्रियाकर्म करतानाही जे डोळे कोरडे राहिले, त्या डोळ्यांत आठवणींबरोबर अश्रू?

दयाल : स्टॉप इट, रवींद्र! धिस इज टू मच!

(सुरेंद्रनाथ भानावर येतात, चष्मा लावतात.)

सुरेंद्रनाथ : बोलू दे त्याला. तो बोलला, त्यात काही खोटं नाही; पण तो बोलला, ते अर्धसत्य आहे. हे त्याला माहीत नाही.

रवींद्र : अर्धसत्य?

सुरेंद्रनाथ : हां! मी चळवळीत भाग घेतला होता. अशाच एका उग्र निदर्शनाच्या मी अग्रभागी होतो. आमचा मोर्चा पांगवण्यासाठी पोलिसांनी अश्रुधुराचा वापर केला. गोळे फुटत होते. डोळ्यांची आग होत होती. दोन्ही बाजूंच्या इमारतींवरून आमच्यावर पाणी

ओतलं जात होतं. ते दृश्य तुझी आई पाहत होती. तिला ते सहन झालं नाही. एक भिजवलेला टॉवेल घेऊन ती गर्दीतून धावत माझ्याजवळ आली. माझ्या मस्तकावर तिनं तो टॉवेल टाकला. पोलिसांनी मला पकडलं. मी पकडला गेलो; पण त्या धक्काबुक्कीत तुझी आई अश्रुधुराच्या गोळ्यावर पडली. तुरुंगातून सुटून आलो, तेव्हा तिचे डोळे अधू बनले होते.

रवींद्र : पिताजी! I am sorry...

सुरेंद्रनाथ : तू म्हणालास, तेच खरं! मला तिच्या डोळ्यांकडे लक्ष द्यायला उसंत मिळाली नाही. घरदार जप्त झालं होतं. औषधोपचार करण्यासारखी परिस्थिती नव्हती.

रवींद्र : पापाजी! या समर्थनाची गरज नाही. आईकडे तुम्ही किती लक्ष दिलंय, ते आम्ही पाहिलंय.

सुरेंद्रनाथ : फार थोडं पाहिलंस, बेटा! यात जेवढा माझा वाटा होता, तेवढाच तुझ्या आईचा होता.

रवींद्र : आईचा? डोंट टेल मी...

सुरेंद्रनाथ : बाबा, सारेच ताजमहाल पाहायला जातात, पण तो उभा राहण्यासाठी असंख्य काळ्या पत्थरांनी स्वत:ला जमिनीखाली गाडून घेतलेलं असतं. हे कुणाच्याच ध्यानात येत नाही. माझ्या आजच्या रूपासाठी तुझ्या आईनं असंच स्वत:ला गाडून घेतलं. आनंदानं!

रवींद्र : पापाजी!

सुरेंद्रनाथ : आम्ही राष्ट्रीय चळवळीत पडलो, तेव्हा दोघे बापूजींच्या दर्शनाला गेलो होतो. तुझ्या आईनं आपले सारे दागिने बापूजींच्या पायाशी राष्ट्रकार्यासाठी ठेवले. बापूजी हसून म्हणाले, बहेन, तू सारे दागिने दिलेस, पण मला हवा तो दागिना ठेवून घेतलास. तुझी आई गोंधळली. तिच्या कानांवर शब्द पडले, तुझं मंगळसूत्र तू ठेवून घेतलंस. मला माझ्या कार्यासाठी तुझा पती हवा. क्षणाचाही विचार न करता तुझ्या आईनं गळ्यातलं मंगळसूत्र आपल्या हातांनी उतरवलं आणि बापूजींच्या स्वाधीन केलं. माझ्या निष्ठेला फक्त एकच ठिकाण राहिलं होतं. आमच्यातलं अंतर वाढत गेलं. त्या वेळी माझे डोळे उगा कोरडे राहिले नाहीत. त्या सुकल्या जिवाच्या दाहानं माझे डोळे केव्हाच आटले होते. चल दयाल, आपण जाऊ.

रवींद्र	: पापाजी! *(सुरेंद्रनाथ वळतात.)* पापाजी, फरगिव्ह मी!
सुरेंद्रनाथ	: मुलांनी बोललेलं विसरून जाणं, हा बापाचा धर्मच असतो मुळी; पण रवि, कधीतरी तुझ्या ध्यानी येईल, की केवढा जरी प्रपंच वाढला, तरी जगाची लोकसंख्या फक्त दोनच असते, पण माझ्याबाबतीत ती एकच राहील. अखेरपर्यंत ती उणीव सदैव जाणवत राहील. त्याबद्दल दु:ख नाही. उघड्या डोळ्यांनी तिचं आंधळेपण पाहण्याखेरीज मी काही करू शकलो नाही.
रवींद्र	: कारण तुम्ही राष्ट्रप्रेमानं वेडे झाला होतात.
सुरेंद्रनाथ	: हो! पण लक्षात ठेव, जीवनात ज्याला असं वेड स्वीकारता येत नाही, तो पुरुषार्थानं जगूही शकत नाही. तुझ्या फॅक्टरीचं ध्येय हे तुझं वेड आहे. म्हणूनच तुझ्या यशाबद्दल मला शंका नाही, फक्त भीती वाटते.
रवींद्र	: भीती? कसली?
सुरेंद्रनाथ	: एकेकाळी देशासाठी सर्वस्वाचा त्याग करणारी माणसं हवी होती. त्यांना, सोसलं त्याचा पश्चात्ताप भोगावा लागला नाही; पण आज तुमच्या या वेडापायी तुमचे संसार आमच्यासारखे उजाड होऊ नयेत, असं वाटतं.
रवींद्र	: पापाजी!
सुरेंद्रनाथ	: बेटा! सांगितलं ना, ते कधीही विसरू नकोस. जिवाची कितीही वणवण केली, मित्र जोडले, बहरलेला संसार पाहिला... उद्योगाचं यश लाभलं, समाजाशी नातं जोडलं, तरी जगाची लोकसंख्या शेवटी दोन राहते. तू आणि विजू. तेवढं जपा.
	(त्याच वेळी फोन वाजतो. रवि घेतो.)
रवींद्र	: हॅलो! रवींद्र स्पीकिंग... आहेत ना!... कोण बोलतंय?... *(फोनवर हात ठेवून)* पापाजी, ऑफिसचा फोन...
	(सुरेंद्रनाथ फोन घेतात.)
सुरेंद्रनाथ	: हॅलो! हो... मीच बोलतोय... नो... डोंट टेल मी... धीस इज ट्रेचरी... मी आलोच...
	(सुरेंद्रनाथांचा चेहरा पांढरा पडलेला असतो.)
रवींद्र	: काय झालं, पापाजी?
सुरेंद्रनाथ	: हं! *(भानावर येतात.)* जे होऊ नये, ते! माझ्या प्रयत्नांना यश

आलं नाही. जाहीर केल्यापेक्षा एक दिवस आधीच संप सुरू झाला.

(त्याच वेळी जयवंत आत प्रवेश करतो.)

सुरेंद्रनाथ : कोण? जयवंत! या वेळी इथं? काय झालं?

(जयवंत नजीक येतो. कानाशी पुटपुटतो. सुरेंद्रनाथ बेचैन होतात.)

सुरेंद्रनाथ : पण हरवेल कशी? मी तिथंच...

जयवंत : ऑफिस, घर सारं शोधलं, पण सापडत नाही.

सुरेंद्रनाथ : *(ओरडतात.)* सापडायला हवी! ती जबाबदारी तुझी होती.

रवींद्र : काय झालं, पापाजी?

सुरेंद्रनाथ : माझी महत्त्वाची फाईल कुठं मिळत नाही. मला जायला हवं... मिळायलाच हवी... ती फाईल हरवून मला परवडणार नाही...

(सुरेंद्रनाथ निघून जातात. पाठोपाठ दयाल, जयवंत जातात. ते गेलेल्या दिशेकडे रवींद्र पाहत राहतो.)

पडदा

अंक दुसरा

प्रवेश पहिला :

(**स्थळ** : रवींद्रचा फ्लॅट.

वेळ : सकाळची.

पडदा उघडतो, तेव्हा रंगमंचावर विजया साफसूफ करीत असते. पदर कसलेला. फ्लॉवरपॉटमधील शिळी झालेली फुले काढते. हातातल्या डस्टबिनमध्ये टाकते. बैठकीवर नजर फिरवते. एक गिर्दी कलती झालेली दिसते. त्याच वेळी सूटबूट घातलेला रवि प्रवेश करतो. कोचावर बसून बुटाचे सळ बांधतो. गिर्दी सरळ करून वळलेली विजया त्याला पाहून दचकते. रवि हसतो.)

विजया : एवढ्यात तयारी झाली?

रवींद्र : येस! आय ॲम रेडी फॉर ब्रेकफास्ट!

(खोचलेला पदर विजयाच्या ध्यानी येतो. ती पदर सैल करू लागते.)

रवींद्र : नको, विजू! तो पदर तसाच राहू दे. या अवतारात किती चांगली दिसतेस.

विजया : काहीतरीच बोलायचं!

(रवि जवळ येतो. विजयाचे खांदे पकडतो.)

रवींद्र : विजू, अगं आपल्याला काय कमी आहे? घरात नोकर ठेवायला विरोध का?

विजया	:	घर माझं ना! एकदा मी सांगितलं आहे. मला घरात नोकर चालणार नाहीत. भांड्याला बाई ठेवलेय, तेवढी पुरे.
रवींद्र	:	पण हा आग्रह का?
विजया	:	मला माझ्या घरावर दुसऱ्याचा हात फिरलेला चालणार नाही.
रवींद्र	:	या घराचं भाग्य मला लाभलं असतं, तर!
विजया	:	चला, काय बोलता हे? घरात सोनिया आहे म्हटलं.
रवींद्र	:	थापा मारू नको. सोनिया मॉर्निंग वॉकला गेली आहे.
विजया	:	मी जाते. ब्रेकफास्टची तयारी करते.
रवींद्र	:	(तिचा हात पकडतो.) ये. थांब ना थोडं!
विजया	:	(लाजते. हात सोडवून घेण्याच्या प्रयत्नात असते.) असं काय करता? मी इथं थांबले, तर ब्रेकफास्ट कोण करेल?
रवींद्र	:	मी करेन ना! हसू नको. हवं तर बघ. दोन ब्रेडच्या स्लाईस घ्यायच्या. टोस्टरमध्ये घालायच्या. फ्रीजमधून चीज, बटर काढून घ्यायचं. टोस्टरमधून धूर निघू लागला, की बटण दाबायचं. चटकन स्लाईस वर येतात. गॅसवर मस्तपैकी चहा करू लागायचं.
विजया	:	आणि साखर टाकायला विसरायचं. दूध उतू यायला लागलं, की फडका शोधायला लागायचं. तो सापडेपर्यंत दूध उतू घालवायचं आणि...
रवींद्र	:	पुरे पुरे! झालं ना! आम्हाला काही चहा करायला यायचा नाही. ठीक आहे. तुम्ही ब्रेकफास्ट करा.

(त्याच वेळी सोनिया प्रवेश करते. हातात वर्तमानपत्र असतं.)

विजया	:	भाई, हे वाचलंस? पापाजींनी काय केलंय, ते?
रवींद्र	:	राजीनामा दिला!
सोनिया	:	तुला कसं कळलं?
विजया	:	पापाजींनी राजीनामा दिला? बघू, बघू!

(सोनियाच्या हातातून पेपर काढून घेते. वाचू लागते.)

सोनिया	:	पण तुला कसं कळलं? रेडिओवर सांगितलं?
रवींद्र	:	ते समजायला रेडिओ कशासाठी लागतो? मी त्यांचा मुलगा आहे. पापाजी कठोर तत्त्वनिष्ठ आहेत. संप हाताळण्याची त्यांची जबाबदारी होती. दंगलीत झालेली हत्या, गोळीबार यांची जबाबदारी ते कधीही टाळणार नाहीत. पापाजी जागेच्या मोहानं

		कधीही समर्थन करणार नाहीत. ते सरळ राजीनामाच देतील.
सोनिया	:	अगदी बरोबर! राजीनामा देताना पापाजींनी हेच म्हटलं आहे.
रवींद्र	:	निवडणुका तोंडावर आल्या असता हे व्हायला नको होतं. पापाजींना खूप मनस्ताप झाला असेल. विजू, लवकर तयार हो. अशा वेळी आपण पापाजींच्या जवळ असायला हवं.

(विजू आत जाते.)

सोनिया	:	भाई, राजीनामा मंजूर होईल?
रवींद्र	:	निवडणुका जवळ आल्या आहेत. संप उग्र रूप धारण करतो आहे. विरोधी पक्ष कदाचित भांडवल करून राजीनामा मंजूर करायला लावतीलही. तसं झालं, तर वाईट होणार नाही.
सोनिया	:	काय सांगतोस?
रवींद्र	:	पापाजींनी संपाच्या प्रकरणात राजीनामा दिल्यामुळं त्यांची प्रतिमा उजळून निघाली आहे. पुढच्या निवडणुकीत त्याचा उपयोग झाल्याखेरीज राहणार नाही. *(विजू येताच रवि उठतो.)*
रवींद्र	:	सोनिया, आम्ही पापाजींकडे जातो. यायला कदाचित वेळ लागेल. हवं तर संध्याकाळी तू पापाजींना जाऊन भेट. चल, विजू.

(दोघे निघून जातात. सोनिया पापाजींच्या फोटोकडे पाहत असते. त्याच वेळी दाराशी जयवंत येतो. जयवंतच्या अंगात खादी पँट, बुशशर्ट आहे. व्यक्तिमत्त्व उमदं आहे.)

जयवंत	:	मे आय कम इन?
सोनिया	:	येस! *(म्हणत वळते. जयवंतला पाहून चकित होते.)* कोण? जयवंत? तुम्ही?
जयवंत	:	का? आश्चर्य वाटलं?
सोनिया	:	नाही! सॉरी! मी दुसऱ्या विचारात होते.

(जयवंत पडलेल्या वर्तमानपत्राकडे, पापाजींच्या फोटोकडे पाहतो. हसतो. पेपर उघडतो.)

जयवंत	:	पेपर वाचलात वाटतं?
सोनिया	:	त्याचसाठी तो घेतलेला असतो.
जयवंत	:	खरं पाहता, ही पद्धत बदलायला हवी.
सोनिया	:	कसली?

जयवंत	:	सकाळी पेपर न निघता संध्याकाळी निघावेत. निदान उठल्या उठल्या कटू बातमी तरी ऐकायला, वाचायला मिळणार नाही. *(पेपर वाचत)* पाहा ना बातम्या! मीरतमध्ये उग्र निदर्शनं... मुंबईत गोळीबार... कलकत्ता- तीन गाड्या भस्मसात... दंगलीत सतरा ठार...
सोनिया	:	पुरे, वाचलंय मी!
जयवंत	:	साऱ्या संपवाल्यांनी धमाल उडवली. दंगली काय? लूट काय! आणि त्याचं सारं खापर पापाजींच्या माथ्यावर!
सोनिया	:	पापाजींचा काय दोष?
जयवंत	:	काय दोष? पापाजी अकारण समेट करीत बसले. वेळीच खंबीर धोरण स्वीकारलं नाही आणि त्याच वेळी ती फाईल नाहीशी व्हावी...
सोनिया	:	पण ती फाईल हरवली कशी?
जयवंत	:	हां! हरवली कशी? तेच साऱ्यांना गूढ वाटतं. घडतात अशा गोष्टी!
सोनिया	:	पण तुम्ही पापाजींचे सहकारी. खासगी सर्व गोष्टी तुम्हीच पाहता. महत्त्वाच्या फायलींची जबाबदारी तुमचीच आहे ना!
जयवंत	:	हो ना! त्याचमुळे तो ठपका माझ्यावरही आलेला आहे. मी काय करू शकतो? अशा वेळी काय पापाजींना सोडून जाऊ?
सोनिया	:	तसं कुठं म्हणते मी?
जयवंत	:	सोनिया, एका घरचे आपण. पापाजींनी माझं शिक्षण केलं, वाढवलं. विश्वासानं जवळ केलं. एका निराश्रित मुलाला त्यांच्या सावलीत मोठं होता आलं. या घटनेचं मला भारी दुःख झालं.
सोनिया	:	पण यातून काय होणार, कळत नाही.
जयवंत	:	न कळण्यासारखी ती बाब नाही. आज सारी वृत्तपत्रं या बातमीबरोबरच पापाजींचे मृत्युलेख लिहून मोकळे झाले आहेत.
सोनिया	:	मृत्युलेख?
जयवंत	:	साऱ्यांनी पापाजींच्या धारिष्टाबद्दल अमाप कौतुक केलं आहे; पण त्याचबरोबर राजीनामा मंजूर होऊन ते निवृत्त होणार, हेही भाकीत केलं आहे.
सोनिया	:	राजीनामा मंजूर झाला, तरी पापाजी सार्वजनिक जीवनातून बाहेर पडणार, म्हणून कुणी सांगितलं?
जयवंत	:	कटू असलं, तरी सत्य आहे. सत्तेवर असलेला माणूस निवृत्त

	झाला, की त्याला काडीचीही किंमत राहत नाही. हे जीवन जगणाऱ्यांना तो शाप आहे.
सोनिया	: जयवंत!
जयवंत	: सत्तेवर असलेला मनुष्य वाघावर स्वार झालेल्या माणसासारखा असतो. जोवर तो स्वार आहे, तोवरच त्याचं महत्त्व असतं. वाघावरून उतरलं, की तोच वाघ त्याला खाऊन टाकतो. सत्तेवरून कधीही सुखरूपपणे उतरता येत नाही.
सोनिया	: नाही, जयवंत! असं बोलू नका. पापाजींनी देशासाठी उभ्या आयुष्याची राखरांगोळी केली. कधी स्वार्थ पाहिला नाही. प्रपंचाकडे लक्ष दिलं नाही.
जयवंत	: नुसत्या राजीनाम्यानं पापाजी सुटतील, असं वाटत नाही. एक वेळ हा संप परवडला, पण हे फाईल प्रकरण त्याहूनही भयंकर आहे.
सोनिया	: भयानक?
जयवंत	: हो! फाईल गहाळ झाली, हे फक्त या क्षणी आपल्यातच आहे; पण ही फाईल भलत्या हाती गेली, तर अनेक कटू गोष्टी उघडकीस येतील. येत्या निवडणुकीत पापाजींना ताठ मानेनं उभं राहता यायचं नाही. त्यांच्या जीवनाची वाताहत होणार नाही, हे आपण पाहायला हवं.
सोनिया	: पण ते कसं शक्य आहे?
जयवंत	: ती फाईल सापडली, तर...
सोनिया	: (आशेनं) सापडेल?
जयवंत	: प्रयत्न केला, तर जरूर सापडेल.
सोनिया	: सी.आय.डी. तपास करताहेत ना?
जयवंत	: हं! सोनिया, ही काय सोन्या-नाण्याची चोरी आहे? हा राजकारणाचा मामला आहे. अशा गहाळ झालेल्या फायली पोलीस तपासात मिळत नसतात.
सोनिया	: तुम्हाला काय सांगायचं आहे?
जयवंत	: फाईल मिळवायची असेल, तर निराळ्या मार्गाचा अवलंब करावा लागेल.
सोनिया	: सांगा, कोणता मार्ग?
जयवंत	: लाच! भरभक्कम लाच!
सोनिया	: लाच? नाही जयवंत, पापाजी त्याला कधीही तयार होणार नाहीत.

जयवंत : तयार झाले नाहीत, तर त्यांचं जीवन उद्‌ध्वस्त होईल.

सोनिया : काहीतरी सांगू नका. एक फाईल हरवली, म्हणून...

जयवंत : एवढी साधी गोष्ट नाही ती! ती फाईल या क्षणाला फक्त गहाळ झाली आहे. ती जर चुकीच्या हाती सापडली, तर त्या बळावर पापाजींच्या भोळेपणातून घडलेल्या आणि देशाला हानिकारक ठरलेल्या अनेक गोष्टी उजेडात येतील. आज नेता मानला जाणारा माणूस उद्या देशद्रोही म्हणून ठरेल. लोकराज्यात अशा प्रकारांना क्षमा नसते.

सोनिया : केवढं भयानक बोलता! बोलवतं तरी कसं? *(कपाळाला हात नेते.)* जयवंत, ती फाईल कुठं आहे?

जयवंत : माझ्याजवळ!

(सोनिया आश्चर्याने पाहते. थरथरत उभी राहते.)

सोनिया : तुमच्याजवळ?

जयवंत : हो! माझ्याजवळ! मीच चोरलीय ती!

सोनिया : जयवंत!

जयवंत : ओरडू नको. आज तुमच्या पापाजींचं भवितव्य हाती घेऊन मी उभा आहे.

सोनिया : नीच... हलकट... विश्वासघातकी!

जयवंत : राजकारणात प्रसंगी ते गुण ठरतात.

सोनिया : पण कशासाठी केलंत हे? जयवंत, तुम्ही तरी त्यांचा विश्वासघात करायला नको होता.

जयवंत : मी करणार नाही, तर कोण करणार?

सोनिया : ज्यांनी मुलासारखं तुम्हाला वाढवलं, त्यांच्याशी ही बेइमानी!

जयवंत : मुलासारखं वाढवलं? कुणी? मुलासारखा वाढला, तो तुझा भाऊ. आज तो थोर उद्योगपती बनला. आणि मी? ते दिवस मी विसरलो नाही. तुमच्या घरात मी वाढलो, शिकलो; पण ते घर माझं असं मला कधीच वाटलं नाही. मी निराश्रित, हा काय माझा गुन्हा होता? त्याचं भांडवल तुझ्या बापानं केलं, नाहीतर घरी येणाऱ्या प्रत्येक माणसापुढं माझं प्रदर्शन मांडलं नसतं. हा निराश्रित पोर... याला कुणीही नाही. रस्त्यावरून मी याला उचलला. आमच्या घरी मुलासारखा वाढतो. *(हसतो.)* पापाजी किती थोर!... केवढे दयाळू...!! केवढे मोठे! ही दयेची

लस टोचून त्यावर वाढणारे तुझे पिताजी! तुमच्या घरातला प्रत्येक दयेचा क्षण मला जाळत होता. एक वेळ जळत्या आगीत होरपळून टाकणारं मरण परवडलं, पण थंड हातांनी गारठून टाकणारं हे मरण नको.

सोनिया : काय ऐकते मी! पापाजींचा तुमच्यावर केवढा विश्वास! सावलीसारखं त्यांनी तुम्हाला जपलं, वागवलं.

जयवंत : सावली? (*हसतो.*) कुठंतरी आकाशात एक सूर्य तळपतो. कुठली तरी वृक्षपल्लवी आडवी येते आणि पायदळीच्या गवतावर सावली नाचते. त्या तिघांचा संबंध काय? आणि त्या सावलीचं कौतुक तरी केवढं? सोनिया, सावली कधीही स्थिर नसते. सत्तेच्या सूर्याबरोबरच तिची मोजमापं बदलत असतात. क्षणाक्षणाला. राजकारणात वावरत असताना एकाकीच वावरावं. सावलीवरदेखील विश्वास ठेवू नये. माळावर उशाला दगड घेऊन झोपलं, तरी दगडाखाली काही आहे का, हे प्रथम पाहावं.

सोनिया : मी पोलिसांना वर्दी दिली, तर...

जयवंत : तिथं फोन आहे. जरूर उचला. पोलीस माझं काहीही करू शकणार नाहीत. सी.आय.डी.मार्फत माझे जबाब झाले आहेत. खुद्द पापाजींनी माझ्या निर्दोषपणाची ग्वाही दिली आहे. असली महत्त्वाची फाईल उघड्यावर टाकायला मी तुझ्या बापाइतका बावळट नाही.

सोनिया : हे पापाजींना कळलं, तर?

जयवंत : पापाजींना धक्का बसेल. आयुष्यभर जतन केलेल्या प्रामाणिकपणावरचा विश्वास उडेल. सद्भाव, निष्ठा, त्यागाला अर्थ उरणार नाही. पापाजी... पापाजी उरणार नाहीत. सत्त्व गमावलेला माणूस जिवंत असूनही मेल्यातच जमा होतो. तुम्ही पापाजींना सांगितलं, तर असंच होईल.

सोनिया : (*हताश होऊन*) पण तुम्हाला हवं तरी काय?

जयवंत : किंमत! पुरेपूर किंमत!

सोनिया : बोला!

जयवंत : मला दोन लाख हवेत!

सोनिया : दोन लाख?

जयवंत : मी या नोकरीतून निवृत्त होऊन स्वतःचा उद्योग करणार आहे.

सोनिया : पण दोन लाख मी आणणार कुठून?

जयवंत : बापाच्या अब्रूसाठी रवि देईल.

सोनिया : आणि नाही दिले, तर?

जयवंत : ती फाईल योग्य त्या स्थळी जाईल. मला दोन लाख नाही मिळाले, तरी लाखभर कोणीही देईल. भागेल तेवढ्यात.

सोनिया : नीच...!

जयवंत : शट अप! फार ऐकलं. प्रथम शब्द पाठीमागे घे. माफी माग माझी. माफी माग!

सोनिया : *(नरमते.)* मी माफी मागते. हवं तर पाय धरते; पण पापाजींचं जीवन असं उद्ध्वस्त करू नका.

जयवंत : त्याला दुसराही एक मार्ग आहे.

सोनिया : कसला? पापाजींसाठी मी हवं ते करीन.

जयवंत : माझ्याशी लग्न करशील?

सोनिया : तुमच्याशी?

जयवंत : का? मी का वाईट आहे? शिकलेला आहे. आज दीड-दोन हजार पगार आहे. त्याखेरीज महिन्याला दोन-तीन हजार मिळवतो.

सोनिया : अशक्य!

जयवंत : का? मी निराश्रित आहे, म्हणून? तुमच्या घरातच मी तुमच्याबरोबर वाढलो, तुमच्याबरोबर शिकलो. जे संस्कार तुम्हाला मिळाले, तेच मलाही, मग बिघडलं कुठं?

सोनिया : हं! तेच संस्कार असते, तर... फाईल चोरली नसतीस, चोराची अवलाद...

जयवंत : खामोश! बेलगाम जीभ आवर. मी चोर? आणि ते पापाजी? राजकारणात त्यांचं स्थान राखण्यासाठी किती लोकांचे बळी गेले, हे त्यांना विचार. विचारण्याचं काही कारण नाही, म्हणा. ही फाईल बाहेर गेली, तर साऱ्या जगाला ते आपोआप कळेल.

सोनिया : मला तसं म्हणायचं नव्हतं.

जयवंत : दॅट्स गुड! आता माझं ऐक. तू होकार दे. तुझ्या-माझ्या लग्नानं पापाजींचा लौकिकच वाढेल. तुझ्यामुळं मी रविपेक्षा मोठा धंदा उभा करीन. पापाजींच्या जावयासमोर अनेक भांडवलदार हाती पैसा घेऊन उभे राहतील.

सोनिया : बस करा! त्यापेक्षा मी आत्महत्या करणं स्वीकारीन.

जयवंत : *(हसतो.)* आत्महत्या? शब्द फार चांगला आहे. तुझ्याशी मी लग्न करायला तयार झालो, हा आत्महत्येपेक्षा काय वेगळा

प्रकार आहे? *(कठोर बनतो.)* कोण समजतेस स्वत:ला, रंभा, की उर्वशी? भीक मागायची सवय माझी, असं तुम्ही समजता! मूर्ख पोरी, आज मी भीक मागत नाही. आज मी भीक घालण्यासाठी उभा आहे. याचकानं नेहमी नम्र असावं.

सोनिया : जयवंत, माणूस भिकेवरच जगतो, असं नाही. काही माणसं मानानं जगण्यासाठी उपाशी मरणंही पत्करतात.

जयवंत : ब्रेव्हो! जरूर मरण पत्करा. त्याचं सुतक मला नाही; पण तुमच्या या निष्ठावंत मृत्यूबरोबरच तुमच्या बापाचीही तिरडी बांधून ठेवा.

सोनिया : मी रवींद्राला बोलावते. त्यालाच काय ते सांगा.

जयवंत : *(हसतो.)* खोटं बोलण्याची गरज नाही. ती दोघं घरात नाहीत, हे मला माहीत आहे. ती दोघं घराबाहेर पडलेली पाहूनच मी इथं आलो. या घरात या क्षणी तू एकटीच आहेस, याची मला खात्री आहे. सोनिया, माझ्या मागण्या समोर टाकल्या आहेत. उद्या संध्याकाळी सहा वाजता मी निर्णय ऐकायला येईन. तुम्ही किंवा तुमच्या भावानं फाजील अक्कलहुशारी दाखवली, तर ती फाईल तुमच्या हाती लागणार नाही.

सोनिया : तुम्हाला काहीच का दयामाया नाही?

जयवंत : आहे. म्हणूनच ती संधी द्यायला आलो. दोन लाख किंवा तू! मला काहीही चालेल.

सोनिया : माझी किंमत दोन लाखांबरोबर केलीत. थँक यू!

जयवंत : मेन्शन नॉट! तुझी किंमत त्याहीपेक्षा जास्त आहे. तुझ्याशी मी लग्न केलं, तर त्या रविला मला हवं तसं वाकवता येईल. तुझ्या जिवावर लक्षावधी मिळवेन. घरबसल्या!

सोनिया : झालं बोलून? आता कृपा करून जा.

जयवंत : जाण्याआधी थोडा ॲडव्हान्स म्हणून स्पर्श लाभला, तर!

(सोनिया भीतीने मागे सरकते. जयवंत हसतो व निघून जातो. हताश झालेली सोनिया नकळत वर्तमानपत्र उचलते. ते हाती घेतलेलं आहे, हे ध्यानी येताच ते रागाने फेकते. हुंदका फुटतो. ती तशीच आत जाते. त्याच वेळी चिंकू प्रवेश करतो.)

चिंकू : *(आत प्रवेश करीत)* एनी बडी होम! *(शीळ घालीत वर्तमानपत्र उचलतो, ओरडतो.)* कोणी घरात आहे का?

(डोळे पुसत सोनिया प्रवेश करते.)

सोनिया	:	केव्हा आलात?
चिंकू	:	आत्ता हेच! दरवाजा उघडा होता, पण आत कोणी नव्हतं.
सोनिया	:	*ज्या घराचे दरवाजे उघडे आहेत, तिथं राहणार कोण? भरभक्कम दरवाजे मोडून पडले, अडवायचं बळ चौकटीला कुठलं?*
चिंकू	:	काय बोलतेस, सोनिया?
सोनिया	:	काही नाही, सहज बोलून गेले.
चिंकू	:	रवि आणि विजया कुठं आहेत?
सोनिया	:	पापाजींकडे.
चिंकू	:	बरं झालं. त्यांनी जायलाच हवं. पापाजींचा राजीनामा म्हणजे टॉक ऑफ द टाऊन बनलं आहे. ही बातमी ऐकून साऱ्या राष्ट्राला धक्का बसला. सम टाईम आय फील, की... हे राष्ट्र खरंच मोठं आहे.
सोनिया	:	म्हणजे?
चिंकू	:	म्हणजे काय? अगं, *ज्या देशात दिल्ली पादाक्रांत झाली, तरी कुणाला काही कळत नव्हतं. दिल्ली दूर, असं म्हणत जे राष्ट्र जगलं, त्या देशात एवढी धमाल?* सोनिया, हे फक्त परदेशातच घडतं, असं समजत होतो. नाही, सोनिया, या राष्ट्राला खरंच जाग येत आहे. का? बोलत का नाहीस?
सोनिया	:	*(खिन्नपणे हसत)* हं! एका निष्पाप माणसाला झोपी घालून राष्ट्र जागं होत आहे.
चिंकू	:	नाही! तसं म्हणायचं नव्हतं मला. टेक इट लाइटली.
सोनिया	:	त्या मूडमध्ये नाही मी!
चिंकू	:	राहिलं, सांगायचं राहिलं. मी येत होतो ना, तेव्हा जयवंत भेटला. इथंच आला होता ना?
सोनिया	:	हो!
चिंकू	:	एनी गुड न्यूज! तसा चांगला आहे जयवंत. मी त्याला विचारलं, तर तो म्हणाला, उद्या संध्याकाळी सहा वाजता गुड न्यूज कळेल.
सोनिया	:	*(संतापाने)* चिंकू!
चिंकू	:	काय झालं? अशी संतापतेस का? फाईल सापडेल ना? पार्लमेंटपुढे हे प्रकरण येण्याआधी फाईल सापडली, तर पापाजींच्या

राजीनाम्याचा प्रश्नच उरणार नाही.

(सोनियाला हुंदका फुटतो. ती मटकन बसून रडू लागते.)

चिंकू : काय झालं? का रडतेस?

(सोनिया डोळे टिपत उभी राहते.)

सोनिया : काही नाही.

चिंकू : ते खरं नाही. काय घडलं, ते मला समजायला हवं.

सोनिया : साऱ्याच गोष्टी का सांगायला हव्यात? दुसऱ्याच्या खासगी जीवनात फार डोकावू नये.

चिंकू : *(अवाक बनतो.)* सॉरी! तो माझा अधिकार नाही. माझं चुकलं. क्षमा कर. अच्छा मी जातो.

(चिंकू वळतो. सोनिया आर्त बनते.)

सोनिया : चिंकू!

चिंकू : येस!

सोनिया : आज माझी मन:स्थिती बरी नाही.

चिंकू : हं!

सोनिया : चिंकू, मी तुला तसं बोलायला नको होतं. मनावर घेऊ नको.

चिंकू : फरगेट इट! अच्छा! रवि आला, तर त्याला मी येऊन गेल्याचं सांग.

सोनिया : थांब ना. चहा आणते.

चिंकू : खरंच त्याची गरज नाही.

सोनिया : रागावलास? अजून राग गेला नाही?

चिंकू : राग? आणि तुझ्यावर? काही माणसांवर रागावताच येत नाही.

सोनिया : कुणाला आपलं म्हणावं, हेच कळत नाही.

चिंकू : मी समोर उभा आहे ना!

सोनिया : ही थट्टेची वेळ नाही.

चिंकू : मी थट्टा करीत नाही. हाही माझ्या जीवन-मरणाचा प्रश्न आहे.

सोनिया : *(तशाही स्थितीत हसते.)* चिंकू, कमाल आहे तुझी.

चिंकू : सोनिया, तू जर नकार दिलास, तर मी सरळ कुतुबमिनार गाठीन. अगदी वर जाईन. फार उंच आहे गं तो. धाप लागते ना चढताना. *(सोनिया हसते.)* हसतेस काय? जीव माझा जाणार, पण काय गं? उडी टाकली, तर जीव नक्की जाईल ना?

सोनिया : त्याची चिंता करू नकोस. तसं झालं, तर बरं वाटेल मला.
चिंकू : तुला बरं वाटेल, पण राष्ट्राचं केवढं नुकसान होईल.
सोनिया : राष्ट्राचं?
चिंकू : एका प्रगाढ बुद्धीच्या, कर्तबगार, होतकरू, तेजस्वी तरुणाला जग मुकेल. इलेक्ट्रॉनिक ॲप्लायन्सेस प्रगती खुंटेल आणि त्याचं सारं खापर तुझ्यावर फुटेल, आहेस कुठं?

(सोनिया प्रसन्नपणे हसते.)

चिंकू : दॅट्स गुड! आता न रडता सांग बघू, काय झालं, ते. फाईलचा पत्ता लागला?
सोनिया : हो!
चिंकू : फाईल कुठं आहे?
सोनिया : जयवंतकडेच!
चिंकू : जयवंत?
सोनिया : हो. त्यानं ती चोरलीय. चिंकू, तुला ती मिळवता येईल?
चिंकू : मला काय जेम्स बाँड समजलीस की काय? आणि असे लोक भारी घातकी असतात. त्यांच्याजवळ ढिशाँव ढिशाँव असतं. आपल्याला त्याची भारी भीती वाटते.
सोनिया : *(वैतागून)* सारखा कसला विनोद करतोस?
चिंकू : राहिलं; पण ती फाईल चोरली, असं खुद्द जयवंतनं सांगितलं?
सोनिया : हो! त्यासाठी तो दोन लाख मागतो आहे...
चिंकू : दोन लाख? दॅट डेअर डेव्हिल? असलं ब्लॅकमेलिंग तो कधी करेल, असं वाटलं नाही.
सोनिया : पण हे दोन लाख मिळवायचे कुठून? रवि देईल?
चिंकू : सोनिया, दोन लाख का साधी रक्कम आहे? तो कशी उभी करेल?
सोनिया : फॅक्टरीला फायदा झाला ना?
चिंकू : हो, झाला! पण तो कुणाच्या खासगी व्यवहारासाठी काढता येणार नाही. जयवंत काही कमी-जास्त करायला तयार नाही?
सोनिया : कमी नाही, पण जास्त करायला तयार आहे.
चिंकू : काय?
सोनिया : हे जमलं नाही, तर त्यानं मला मागणी घातली आहे.
चिंकू : मागणी? तुला? *(हसायला लागतो.)*

सोनिया	:	चिंकू, हसायला काय झालं?
चिंकू	:	नॉट बॅड! नॉट बॅड ॲट ऑल! ही इज स्काऊंड्रल. नो डाऊट. बट ही इज वाईज इनफ!
सोनिया	:	मला काही समजेनासं झालं आहे. उद्या संध्याकाळी सहा वाजेपर्यंत त्यानं मुदत दिली आहे.
चिंकू	:	त्यात न समजण्यासारखं काय आहे? आता तर एकदम सोपं, त्या जयवंतला होकार देऊन टाक.
सोनिया	:	चिंकूऽऽ
चिंकू	:	मान्य नसेल, तर स्वस्थ बस.
सोनिया	:	पण पापाजी...
चिंकू	:	पापाजी... पापाजींचं काय? त्यांनी केलेला हा हलगर्जीपणा. त्याची फळं ते भोगतील.
सोनिया	:	परदु:ख शीतल असतं, हेच खरं!
चिंकू	:	मग ते उगा स्वत:च्या अंगाला चिकटवून घेऊ नकोस.
सोनिया	:	मी हवं ते करीन.
चिंकू	:	त्या जयवंतशी लग्न करशील?
सोनिया	:	प्रसंग पडलाच, तर पापाजींसाठी त्यालाही होकार देईन. पापाजींच्या पुढं मला माझ्या जीवनाची फिकीर नाही.
चिंकू	:	ब्रेव्हो! व्हेरी गुड! त्यागाचा वारसा तुमच्या घरी चालत आलेला आहेच. तू तरी अपवाद का? राष्ट्रासाठी सर्वस्व पणाला लावणारे पापाजी आणि त्यांच्यासाठी सर्वस्वाचा त्याग करायला निघालेली त्यांची कन्या सोनिया! व्हेरी गुड! तसं घडलं, तर फारसं बिघडणार नाही; पण एका गोष्टीचं मात्र फार वाईट वाटेल.
सोनिया	:	तुम्हाला? आणि वाईट वाटणार?
चिंकू	:	हो ना! पापाजींच्या पश्चात त्यांचा उल्लेख भारतीय इतिहासात सुवर्णाक्षरांनी लिहिला जाईल; पण हा तुझा त्याग, त्याचा उल्लेख करता येणार नाही, कारण साराच चोरीचा मामला. त्याचं वाईट वाटेल.
सोनिया	:	चिंकू! होल्ड युवर टंग!
चिंकू	:	फुकटचा सल्ला देतोय, ऐकून ठेव. त्या रविला हे सांगितलं, तर तोसुद्धा तयार होईल. प्रात:स्मरणीय परमपूज्य पिताजींच्या बेजबाबदारपणासाठी तो आनंदानं आपलं घरदार विकेल, कारण

त्यागाची ट्रॅडिशन आहे ना!

सोनिया : चिंकू, काही अधिक न बोलता तू निघून जा. माणसाच्या संतापाला मर्यादा असतात.

चिंकू : ते सामान्यांना लागू! तुझ्यासारख्यांचा त्याला अपवाद असतो; पण मला तरी त्यात काही वाईट दिसत नाही. तो जयवंत सुशिक्षित आहे. चांगला पगारदार आहे. अकलमंद आहे. एका फाईलबरोबर हत्तीसकट अंबारी उचलली! व्हेरी गुड!

सोनिया : चिंकू!

चिंकू : बाकी त्याची आणि तुझी मॅच चांगली जमेल. विश्वासघाताला त्यागाचं अस्तर चांगलं शोभून दिसेल.

सोनिया : चिंकू! आय से, गेट आऊट...!

चिंकू : थॅंक यू, मादाम! आय ॲम ऑब्लाईजड... बाय... बाय....

(चिंकू निघून जातो. हताश झालेली सोनिया कोचावर अंग टाकते. रडू लागते. दिवे हळूहळू मंद होऊ लागतात.)

प्रवेश दुसरा :

(स्थळ : *तेच*

वेळ : *सायंकाळ*

पहिला प्रवेश संपल्याचे सूचित करणारे मंदावलेले दिवे प्रकाशतात. रवि कपडे करून वाचत बसला आहे. त्याच वेळी चहाचा कप घेऊन विजया प्रवेश करते.)

रवींद्र : अगं, आपणाला रिसेप्शनला जायचं आहे ना! मग चहा कशाला?

विजया : रिसेप्शन सहा ते आठ आहे. खूप वेळ आहे अजून.

रवींद्र : तुझी तयारी झाली?

विजया : हो ना! म्हणाल, तेव्हा निघू.

रवींद्र : आणि सोनिया कुठं आहे?

विजया : झोपलीय. आज तिला बरं वाटत नाही. नीट जेवली नाही, बोलली नाही.

रवींद्र	:	मग डॉक्टरांना का बोलवत नाही?
विजया	:	ताप वगैरे काही नाही. विचारलं, तर काही सांगत नाही. हाक मारू?
रवींद्र	:	नको. तिला विश्रांती घेऊ दे. आज सकाळी माझ्याशीही ती चमत्कारिक बोलली.
विजया	:	काय?
रवींद्र	:	सकाळी मला विचारत होती. भय्या, मी दोन लाख मागितले, तर देशील?
विजया	:	(हसते.) मग तुम्ही काय सांगितलंत?
रवींद्र	:	मी सांगितलं, जेव्हा लागतील, तेव्हा आठ दिवस आधी सांग. मग कुठल्या बँकेवर दरोडा घालायचा, ते ठरवतो.

(विजया हसते.)

रवींद्र	:	चेष्टा नव्हे. मनात आणलं, तर जरूर जमेल. माझ्याजवळ रिव्हॉल्व्हर आहे, म्हटलं.
विजया	:	लॉकरमध्ये पडलेलं ना? एव्हाना गंजूनही गेलं असेल.
रवींद्र	:	पापाजींची फाईल हरवल्यापासून असंच वागतेय सोनिया! मध्येच तिनं मला विचारलं, भय्या, खून केला, तर किती शिक्षा होते?
विजया	:	हवी ती पुस्तकं वाचायची आणि सिनेमे पाहायचे. त्यातनंच हे सारं येतं. बरं! सकाळी उठून आसनं करावीत.
रवींद्र	:	बस, बस! हे मी नाही बोललो. ती म्हणाली, तिला हे सारं ऐकव. (घड्याळाकडे पाहत उठतो.) चल.
विजया	:	एवढ्या लवकर! अजून सहाही वाजले नाहीत.
रवींद्र	:	आपण रिसेप्शनला जाऊ. तिथून पापाजींना भेटू. मला त्यांची भारी काळजी वाटते.
विजया	:	पण पापाजींनी वाटलं, त्यापेक्षा बोल्डली घेतलं.
रवींद्र	:	तो वरचा देखावा आहे. पापाजींना कोणताही डाग चालत नाही. तो त्यांना गोळीसारखा लागतो. विजया, जे रंगीत, मलीन वस्त्रं धारण करतात, त्यांना डाग खपून जातात; पण जे निष्कलंक, शुद्ध चारित्र्याची वस्त्रं घालतात त्यांना एवढाही डाग खपत नाही.

(त्याच वेळी सोनिया बाहेर येते. थकलेली दिसते. दोघांना पाहून चकित होते. जवळच्या सेल्फचा ड्रॉवर उघडून काहीतरी आत

ठेवते. ड्रॉवर लावते. घड्याळाकडे पाहते.)

सोनिया	:	तुम्ही सहाला जाणार होतात ना?
रवींद्र	:	आम्ही निघण्याच्या तयारीत होतो; पण तुझी तब्येत काय म्हणते?
सोनिया	:	मला काय झालंय? ठीक आहे मी.
विजया	:	हे बघ! चहा करून घे. आम्ही लवकर परत येतो.
सोनिया	:	खरंच मी बरी आहे. तुम्ही सावकाश या. सहा वाजायला आलेत. वेळ होईल तुम्हाला.
रवींद्र	:	पण आम्ही जाण्याची घाई कशासाठी? चिंकू येणार आहे? अलीकडे या घरी त्याची-आमची फार चुकामूक होते.
सोनिया	:	रविऽऽ
रवींद्र	:	अगं, थट्टा केली. अच्छा, आम्ही येतो.

(दोघे निघून जातात. सोनिया नि:श्वास सोडते. कोचावर बसते. घड्याळाची टिकटिक ऐकू येते. अस्वस्थ होऊन ती उठते. तोच सहाचे ठोके पडतात. उघड्या दरवाज्याकडे तिचं लक्ष जातं. ती दरवाज्याकडे जाते. दार लावू लागते. त्याच वेळी दारात उभा असलेला जयवंत दिसतो. ती मागे सरकते. जयवंत आत येतो.)

जयवंत	:	दारी आलेल्या पाहुण्याला पाहून दार लावून घेणं हे सभ्य माणसाचं लक्षण नव्हे. घरी कोणी नाही, वाटतं?
सोनिया	:	नाही!
जयवंत	:	मग काय, सोनियाबाई, रविला विचारलंत?
सोनिया	:	नाही! मला धीरच झाला नाही विचारायचा.
जयवंत	:	मग, मी विचारू?
सोनिया	:	नको... नको... मी विचारीन.
जयवंत	:	तेवढी उसंत नाही मला.
सोनिया	:	जयवंत, मी खरंच पाय धरते तुमचे. *(जयवंतचे पाय धरते. जयवंत मागे सरकतो.)*
जयवंत	:	असली नाटकं पाहण्यासाठी मी आलेलो नाही.
सोनिया	:	हे नाटक नाही. पापाजींसाठी मी हवं ते करीन. मला त्यात लाज वाटायची नाही.
जयवंत	:	हे आज सुचतं! आठवतं, एकदा मी तुला मागणी घातली

होती. त्या वेळी पाळलेला कुत्रा म्हणून हेटाळणी करताना लाज नाही वाटली? मला पैसे हवेत. बकबक नको.

सोनिया : ठीक आहे! जयवंत, मी तुम्हाला माझे सर्व दागिने देते. पाच-पंचवीस हजार सहज किंमत येईल.

जयवंत : मला दोन लाख हवेत. एक पैही कमी नको.

सोनिया : तेच सांगते मी. जरा ऐका तरी. मी आयुष्यभर ही रक्कम फेडत राहीन. माझ्या शब्दात मी बदल करणार नाही.

जयवंत : ज्याला शब्द पाळायची सवय नाही, त्याला ही गॅरंटी चालणार नाही.

सोनिया : तुम्हाला काहीच का दया येत नाही?

जयवंत : मी दयावंत आहे. नाहीतर मी तुझ्याशी लग्न करायला तयार झालो नसतो. तो मार्ग मान्य केलास, तर साऱ्या गोष्टी सहजपणे सुटतील. कुणाला काही समजणार नाही. सुरेंद्रनाथांचा जावई म्हणून मला प्रतिष्ठा लाभेल.

सोनिया : आणि माझं काय?

जयवंत : चांगला नवरा मिळेल.

सोनिया : जयवंत, अशा साथीच्या बंधनात सुख नसतं. ते केव्हाही तुम्हाला मिळणार नाही.

जयवंत : मूर्ख आहेस. सुखासाठी मला लग्न करायचं नाही. हवं ते सुख द्यायला जगात उदंड बाया आहेत. त्यासाठी तुझी गरज नाही. मला फार वेळ नाही. मला उत्तर हवं आहे.

(सोनिया निर्धारी बनते.)

सोनिया : ठीक आहे. मी तुमच्याशी लग्न करायला तयार आहे.

जयवंत : हे तू रवींद्रला सांगशील?

सोनिया : हो!

जयवंत : पण तू वचन पाळशील, याचा भरवसा कोण देणार?

सोनिया : जयवंत, या घरात दिलेलं वचन आजवर मोडलं नाही. तुम्हाला माहीत आहे ते.

जयवंत : त्याचा उपयोग होणार नाही. चेकपेक्षा मी कॅश पेमेंटवर जास्त विश्वास ठेवतो.

सोनिया : काय म्हणायचं आहे तुम्हाला?

जयवंत : घरात कोणी नाही. मनात नसताही कर्तव्यापोटी तू आपलं

सर्वस्व मला कसं अर्पण करतेस, ते मला पाहायचं आहे. तरच माझा विश्वास बसेल. थांब, मी दार लावतो.

(सोनिया मागे मागे सरकत असते. जयवंत दाराकडे जात असतो. दार लावतो, वळतो. सोनियाच्या हातात पिस्तूल असतं.)

सोनिया : मुकाट्यानं दार उघड.

जयवंत : हे सांगण्यासाठी पिस्तुलाची गरज नव्हती. मी कसलाच हट्ट धरला नव्हता.

सोनिया : दार उघड, म्हणते ना!

(जयवंत दार उघडतो.)

जयवंत : झालं समाधान! आता ते पिस्तूल ठेवा, तुमच्या हातात शोभत नाही.

सोनिया : नाही, जयवंत! मी हे पिस्तूल पूर्ण विचारांती उचललं आहे. तुमच्यासारख्या माणसांनी या जगात जगू नये.

जयवंत : आणि ते तू ठरवणार?

सोनिया : या पिस्तुलात सहा गोळ्या आहेत. त्यातली एकही चुकणार नाही.

जयवंत : ते मला माहीत आहे. राजकारणातल्या भोंगळपणापेक्षा पिस्तुलातल्या गोळ्या अधिक सरळ आणि वेगानं जातात. मूर्ख पोरी, मला मारलंस, तर माझ्याबरोबरच तुझ्या घरादाराचा संपूर्ण सत्यानाश होईल.

सोनिया : मी आनंदानं तुरुंगात जाईन.

जयवंत : आणि तिथं बापही पाहायला सापडेल तुला.

सोनिया : पापाजीऽऽ? त्यांचा काय संबंध?

जयवंत : आता वाजलेत साडेसहा. आठच्या आत मी परत गेलो नाही, तर ती फाईल दुसऱ्याच्या हाती जाईल. तुझ्या पापाजींच्या देशसेवेची लक्तरं देशभर फडकतील. त्यांच्यावर खटले भरले जातील. सोनिया, आजवर या जयवंतानं एकही पाऊल बेसावधपणे उचललेलं नाही. असेल हिंमत, तर चालव गोळी.

(सोनिया थरथरत असते. जयवंत शांतपणे पावले टाकीत तिच्याजवळ जातो. पिस्तूल हिसकावून घेतो. फेकतो आणि

त्याच वेळी डाव्या हाताची चपराक तिच्या गालावर फुटते.
सोनिया कोचावर पडते.)

सोनिया : (*रुमालाने हात पुसत*) बदतमीज! मला गोळ्या घालते. तुझा
मेलेला बाप आकाशातून उतरायला हवा.

(*त्याच वेळी रवींद्र प्रवेश करतो. कोचावर पडलेली सोनिया*
लगबगीने उठते. डोळे पुसते. जयवंत सावरतो. साशंक झालेला
रवि दोघांकडे पाहतो.)

रवींद्र : कोण? जयवंत? काय झालं?
सोनिया : पण तू रिसेप्शनला गेला होतास ना?
रवींद्र : गेलो होतो; पण अर्ध्या वाटेत प्रेझेंट घरी विसरल्याचं ध्यानी
आलं, म्हणून आलो.
सोनिया : आणि वहिनी?
रवींद्र : ती गाडीत आहे.

(*रविचं लक्ष पडलेल्या पिस्तुलाकडे जातं. तो ते उचलतो.)*

रवींद्र : हे माझं पिस्तूल! इथं कसं आलं? काय चाललंय या घरात?
सोनिया, मला जबाब हवा.

(*सोनिया जयवंतकडे पाहते.)*

सोनिया : सांगू?
रवींद्र : सांगा. (*खांदे उडवतो.*) माझी हरकत नाही.
रवींद्र : काय आहे, सोनिया? सोनियाऽऽ
सोनिया : पापाजींची फाईल यांच्याजवळ आहे. ती त्यांनी नेली आहे.
त्यासाठी ते दोन लाख मागताहेत.
रवींद्र : व्हॉट आर यू टेलिंग मी! आय कांट बिलिव्ह! असली चेष्टा
मला आवडत नाही.
जयवंत : ही चेष्टा नाही. तिनं सांगितलेलं सत्य आहे. फाईल परत हवी
असेल, तर दोन लाख हवेत. पहिला क्लेम तुमचा. नाहीतर
ती फाईल दुसऱ्याच्या हाती जाईल.
रवींद्र : जयवंत, अरे आपण एका घरी भावाभावांसारखे वाढलो, खेळलो.
ज्या पापाजींनी तुझ्यावर एवढा विश्वास...
जयवंत : बस्स कर! हे सारं ती बोलली आहे. त्याच भाकडकथा मला

ऐकायच्या नाहीत. तुझ्याइतकाच मीही हुशार होतो, पण मला उच्च शिक्षण लाभलं नाही. का? मी पाळलेला होतो, म्हणून! तुझ्यात पैसे कमावण्याची कुवत आहे. माझ्याजवळ ती नाही. तुझ्या त्यागातून मला आनंदानं जगता येईल.

रवींद्र : यू ब्रूट! पोलिसांना बोलावून मी आता तुला हातकड्या चढवू शकतो.

जयवंत : मग दोन हातकड्यांचे जोड मागव. एक माझ्यासाठी आणि दुसरा तुझ्या बापासाठी!

रवींद्र : जयवंत!

जयवंत : आवाज बंद कर. मी इथं भीक मागायला आलो नाही. हो की नाही, तेवढंच ऐकायला आलो आहे.

रवींद्र : जयवंत, आजवर जगात अनेक दुष्ट माणसं पाहिली, पण एवढ्या उफराट्या काळजाचा माणूस मी पाहिलेला नाही.

जयवंत : प्रसंग पडला, की सारेच बनतात. आज मी करतो, तेच तू उद्या करशील.

रवींद्र : माझ्याशी तुलना करू नकोस. खाल्ल्या अन्नावर उलटणारा कुत्रा तू. मी तसा नाही.

जयवंत : (हसतो.) बरोबर आहे. मी कुत्रा, कारण लाच मागतो. तुम्ही नुसती फॅक्टरीच पाहता. आज पार्लमेंटमध्ये नुसत्या संपाची चर्चा नाही. त्याचबरोबर पापाजींनी परहस्ते चालवलेल्या उद्योगाचा बोभाटा विरोधी पक्षानं चालवलाय.

रवींद्र : कसले उद्योग?

जयवंत : मुलाच्या नावानं पापाजींनी उभारलेले उद्योग.

रवींद्र : जयवंत!

जयवंत : असं मी म्हणत नाही. ते म्हणताहेत.

रवींद्र : पण ते साफ खोटं आहे.

जयवंत : ते सिद्ध करण्यासाठी प्रसंग पडला, तर धंदा सोडाल? परमपूज्य पिताजींसाठी?

(रवि काही बोलत नाही.)

जयवंत : दुसऱ्याला बोल लावणं फार सोपं असतं. धंद्यापुढं बाप न मानणारा मुलगा आणि स्वतःचं हित साधण्यासाठी फाईल चोरणारा मी, यात तसा फारसा फरक नाही. एक वेळ मी

खाल्ल्या अन्नाला बेइमान ठरेन; पण रक्ताशी बेइमानी त्यापेक्षाही भयंकर असते.

रवींद्र : जयवंत, या वेळी दोन लाख कसे उभे करणार? मी काही तुझ्यासारखा स्मगलर नाही. घरदार विकायचं म्हटलं, तरी...

(त्याच वेळी विजया धावत येते.)

विजया : हे काय? मला गाडीत बसवलंस आणि इथं गप्पा मारत बसलायस?

रवींद्र : विजया, तू आत जा.

विजया : रिसेप्शनला जायचं नाही?

रवींद्र : *(दरवाज्याकडे बोट दाखवून)* गेट इन! आय से... *(रवींद्रचा रुद्रावतार बघून विजया आत जाते. संताप आवरण्यासाठी रवि दीर्घ श्वास घेतो.)* ठीक आहे. जयवंत, माझ्यासमोर तुझी कार्ड्स मांड. बी ब्रीफ!

जयवंत : फाईल माझ्याजवळ आहे. त्यात पापाजींनी नकळत केलेल्या गोष्टी आहेत. ती फाईल दुसऱ्या ठिकाणी गेली, तर पापाजींचं आयुष्य निवडणुका समोर आल्या असता वारेमोल करण्याचं सामर्थ्य त्या फाईलमध्ये आहे. पापाजींना मी फाईल चोरली, हे कळलं, तर मोठा धक्का बसणार आहे. पोलिसांना माझ्याविरुद्ध उभं केलंत, तर आणखीन एका तासानं ती फाईल योग्य त्या स्थळी जाईल. मी सुटेन, पण पापाजींना परमेश्वरही वाचवू शकणार नाही. दोन लाख देण्याची कुवत नसली, तर त्या मोबदल्यात मी हिच्याशी लग्न करायला तयार आहे. आय होप, माय कार्ड्स आर क्लिअर इनफ.

रवींद्र : यूऽ यूऽ ब्रूट!

जयवंत : पापाजींच्या मुलाच्या तोंडी ही असंयमी भाषा! रवि, मी लग्न करू इच्छितो. ते नशीब समज. ती माझी सभ्यता आहे.

रवींद्र : शट अप! पण जयवंत, मला मुदत हवी आहे.

जयवंत : जरूर घे. उद्याचा दिवस मी जरूर तुला देईन. हवं तर हे सर्व वीक, पण ते पिस्तूल विकायचं झालं, तर मलाच विक. मी आनंदानं विकत घेईन. केव्हा येऊ मी?

रवींद्र : उद्या संध्याकाळी. याच वेळी.

जयवंत : मी खाली हातानं जाणार नाही.

रवींद्र	:	तशी वेळ येणार नाही.

(जयवंत जाण्यासाठी वळतो. त्याच वेळी चिंकू प्रवेश करतो. दरवाज्यात उभा राहतो. त्याच्या हातात ब्रीफकेस आहे. तो जयवंत, रवि, सोनियाकडे पाहतो. टेबलावरच्या पिस्तुलाकडे पाहतो.)

चिंकू	:	हॅलो, जयवंत! व्हेरी नाईस टू सी यू!
जयवंत	:	मी येतो.
चिंकू	:	थांब, जयवंत. एवढी घाई कसली? तुमचं काम झालेलं दिसतं?
जयवंत	:	कसलं काम?
चिंकू	:	दोन लाखांचं किंवा...
जयवंत	:	कुणी सांगितलं?
चिंकू	:	तुमच्या या भावी सोनियानं...
सोनिया	:	चिंकूऽऽ
चिंकू	:	*(तिकडे लक्ष न देता)* मग काय झालं? *(पिस्तुलाकडे पाहत)* तिथवर मजल गेली होती?
जयवंत	:	मी दोन लाख घ्यायचे ठरवले आहेत.
चिंकू	:	व्हेरी गुड! आता मला काळजी नाही.
जयवंत	:	तुला कसली काळजी?
चिंकू	:	या सोनियाची! या त्यागाच्या बाजारात केव्हा कुणाचा लिलाव होईल, कुणी सांगावं! आता माझा मार्ग मोकळा. काय, सोनिया?
सोनिया	:	आय विल बी द लास्ट पर्सन.
चिंकू	:	*(हसतो.)* जयवंतराव, नशीबवान आहात. मीही व्यवस्था करून आलो होतो.
जयवंत	:	दोन लाख आणलेत?
चिंकू	:	येस! नॉट अ पेनी लेस! हार्ड कॅश!!
रवींद्र	:	एवढे पैसे कोठून आणलेस?
चिंकू	:	काळजी करू नकोस. कुठल्याही बँकेवर दरोडा घातलेला नाही.

(चिंकू टेबलावरचं पिस्तूल सोनियाच्या हातात देतो.)

चिंकू	:	हे धर. *(ब्रीफकेस टेबलावर ठेवतो. मागे सरतो.)* देअर इट ईज.

जयवंतराव, काही कमी नाही?

जयवंत : मी एकदाच बोलत असतो. बी क्विक!

चिंकू : जरा समझोता करावा लागेल. मी आज जरी पैसे देत असलो, तरी उद्या रवि ते मला परत देणार आहे. खरं ना, रवि?

रवींद्र : ते सांगावं लागतं?

चिंकू : दोन लाखांचा व्यवहार, मला काही कमिशन नको? स्वार्थ कुणाला सुटलाय? बोला जयवंतराव!

जयवंत : *(घाम पुसतो.)* ऑल राईट! टेन परसेंट्स!

चिंकू : बँकासुद्धा त्यापेक्षा जास्त देतात. मेक इट ट्वेंटी ऑर लीव्ह इट!

सोनिया : चिंकू! यू टू...

चिंकू : तुम्ही बोलू नका. हा आमचा व्यवहार आहे. काय ठरलं, जयवंतराव?

जयवंत : ऑल राईट! *(म्हणत ब्रीफकेसकडे जातो.)*

चिंकू : वेट! फाईल कुठं आहे?

जयवंत : हे दाखवा. फाईल एवढ्यात घेऊन येतो.

चिंकू : दॅट्स गुड! जरूर बघा. *(ब्रीफचे खटके दाबतो. सावकाश उघडतो. आत फाईल असते. जयवंत आश्चर्यचकित होतो.)*

जयवंत : *(संतापाने)* चिंकू, तुम्ही विषाशी खेळताहात. याचा परिणाम बरा होणार नाही. आतापर्यंत पापाजींचा राजीनामा मंजूर झालाही असेल. ही फाईल पापाजींना वाचवणार नाही.

चिंकू : यू डर्टी डॉग! कुणाला तंबी भरतोस? पापाजींच्या अन्नावर वाढून पापाजी कळले नाहीत? पार्लमेंटमध्ये आज चर्चा झाली. सत्ताधारी पक्षाच्या माणसानं पापाजींबद्दल शंका घेतली नाही. खुद्द पंतप्रधानांनी विनंती करून पापाजींना राजीनामा परत घ्यायला लावला. सारं पार्लमेंट दोन मिनिटं टाळ्यांचा कडकडाट करीत पापाजींच्या सन्मानार्थ उभं होतं. कुठं तो राजमुकुटातला तेजस्वी हिरा आणि कुठं तू पायातल्या जोड्यातला खडा.

जयवंत : चिंकू!

चिंकू : चूप!

(जयवंत फाईल घेण्यासाठी पुढे होतो.)

चिंकू : थांब, एक पाऊलही पुढं टाकू नकोस. सोनिया, यानं त्या

फायलीला स्पर्श केला, तर बेलाशक ते पिस्तूल या कुत्र्यावर चालव.

जयवंत : नो! नो!!

चिंकू : दुसऱ्यांच्या जिवाशी खेळणाऱ्यांना स्वतःच्या जिवाची एवढी भीती वाटते? कॉवर्ड!

जयवंत : पण ही तुमच्या हाती कशी पडली?

चिंकू : यू डर्टी रॅट! त्याचंही उत्तर पाहिजे? परमेश्वरानं सारी माणसं सारखी केली असली, तरी प्रत्येकाच्या बुद्धिमत्तेला वेगवेगळी मर्यादा असते. तुझी मर्यादा फार तर कुंपणापर्यंत धावण्याची. उघड्या मैदानात येऊन आव्हान देण्याची ताकद तुझ्यात नाही.

जयवंत : पण ही फाईल तुम्हाला कशी मिळाली?

चिंकू : जरा दम धर! फाईल घरामध्ये किंवा लॉकरमध्ये ठेवण्याइतका तू मूर्ख नाहीस, हे मला माहीत होतं. आठवली, तुझ्याबरोबर रात्री-अपरात्री नाईट क्लबमधून दिसणारी तुझी स्टेनो.

जयवंत : दॅट बिच!

चिंकू : हं! दीड-दोनशेचं रिस्टवॉच तोंडावर फेकलं, तर काहीही करायला तयार होणारी ती फटाकडी. पाच हजार पाहताच काय करणार नाही? बेट्यानं तिलाही लग्नाचं वचन दिलं होतं. सोनियाशी याचं लग्न ठरल्याचं कळताच नागिणीसारखा तिनं फणा उभारला. जयवंतराव, फाईल इथं आहे. सोनियाच्या हातात पिस्तूल आहे. इथं तुमचा मुडदा पडला, तर काही बिघडणार नाही. आम्ही दोघेही प्रतिष्ठित साक्षीदार आहोत. तुमची शेवटची इच्छा काय आहे?

जयवंत : नोऽ नोऽ डोंट शूट ऽऽऽ

चिंकू : *(हसतो.)* भिऊ नकोस. तुला मारणार नाही. विंचवाची जात असली, तरी अजून त्या पिंडीवर वास्तव्य आहे. ही फाईल मी पापाजींना देईन. विसरून ती तुझ्याकडंच राहिल्याचं सांगेन. तुला देण्याचं धारिष्ट नव्हतं, असं सांगेन. रदबदली करीन.

जयवंत : थँक यू.

चिंकू : शट अप! ते झालं, की पापाजींची नोकरी सोडून कुठंही परागंदा हो. डोळ्यांसमोर येऊ नको. नाऊ गेट आऊट... आऊट ऑफ द साईट...

(जयवंत भरकन निघून जातो. चिंकू वळतो. रवि, सोनिया त्याच्याकडे पाहत असतात. सोनियाच्या हाती पिस्तूल असतं. टेबलावरची ॲटेची बंद करीत...)

चिंकू : सोनिया, पिस्तूल हे मुलांचं खेळणं नव्हे. ठेवा ते खाली. बाकी रवि, बायका आणि पिस्तूल अगदी सारख्या असतात. संतापाच्या भरात काय बोलतील, याचा भरवसा नाही.

(रवि धावतो. चिंकूला मिठी मारतो. मुका घेतो.)

रवींद्र : चिंकू, यू आर ग्रेट!

(चिंकू दूर होतो. गाल पुसतो.)

चिंकू : तू हे करण्याऐवजी दुसऱ्या कोणी केलं असतं, तर मला आवडलं असतं.

(सोनिया लाजते, आत जाऊ लागते.)

चिंकू : सोनिया, आय ॲम द लास्ट... *(हसतो.)*

(रवि हाक मारतो. विजयाऽ विजूऽऽ विजया बाहेर येते.)

रवींद्र : विजू, ही बघ. पापाजींची फाईल मिळाली.

विजया : *(आनंदाने)* मी सारं ऐकलं; पण वाटलं नव्हतं, चिंकू एवढं करेल, म्हणून!

चिंकू : भाभी, साऱ्याच गोष्टी जेम्स बाँडनं करायच्या नसतात. कैक वेळा जे सिंहालाही जमत नाही, ते सामान्य उंदीर करून मोकळा होतो. *(रविकडे पाहत)* अहो, मिस्टर! खुशीत राहू नका. पाच हजार काढा.

रवींद्र : पाच हजार?

चिंकू : हो! त्या फटाकडीला या फाईलसाठी पाच हजार दिलेत, तेव्हा ही फाईल घेऊन टॅक्सीनं इथं आलो.

रवींद्र : टॅक्सी? आणि तुझ्या गाडीला काय झालं?

चिंकू : एक गाडी किंवा फाईल यांपैकी एकच इथं येऊ शकत होतं. करोलबागच्या सरदारजीकडे पाच हजाराला गाडी गहाण टाकून इथं आलो आहे. हसतोस काय? म्हणे, फॅक्टरीचे भागीदार! सालं, प्रसंगाला खिशात दिडकी नसते. चल, झटपट पैसे दे. नाहीतर तो सरदारजी माझ्या गाडीचे किती पार्ट बदलून ठेवेल,

याचा नेम नाही.

रवींद्र : यू वाईज मॅन...

चिंकू : आहेच मुळी! निदान या क्षणी तरी जगातला शहाणा मनुष्य आहे. येस! आय ॲम द वायजेस्ट!

रवींद्र : एवढा शहाणा समजतोस, तर निवडणुकीला का उभा राहत नाहीस?

चिंकू : बिकॉज आय डोंट वॉंट मायसेल्फ टू बी इलेक्टेड बाय फूल्स. मूर्खांकडून निवडून घेण्यात शहाणपण ते कसलं? *(सारे हसतात.)* हे माझं उत्तर नाही. बर्नार्ड शॉला विचारलं असता त्यानं हे उत्तर दिलं आहे.

(त्याच वेळी सुरेंद्रनाथ प्रवेश करतात. थकलेले दिसतात. सारे वंदन करतात.)

चिंकू : पापाजी, मी चलतो.

सुरेंद्रनाथ : थांब ना!

चिंकू : खूप वेळ झाला येऊन.

सुरेंद्रनाथ : बरं. जा.

(चिंकू निघून जातो.)

रवींद्र : पापाजी, आय हॅव अ सरप्राईज फॉर यू!

सुरेंद्रनाथ : बाबा रे, गेले आठ दिवस त्यांचेच धक्के खातोय. काय नवीन काढलंस?

(रवि ब्रीफ उघडतो. फाईल पापाजींच्या हाती देतो. पापाजी आनंदतात.)

सुरेंद्रनाथ : फाईल सापडली? कुठं? कशी?

रवींद्र : पापाजी, ही फाईल जयवंतकडे होती. त्याच्या ते लक्षात नव्हतं. त्याला ती आपल्याच कागदपत्रांत सापडली. खूप घाबरला. त्याला ती तुम्हाला नेऊन देण्याचं धारिष्ट्य नव्हतं, तेव्हा त्यानं इथं आणून दिली.

सुरेंद्रनाथ : बावळट आहे झालं. लहानपणापासून असाच विसरभोळा. पन्नास वेळा सांगितलं. अरे बाबा, फाईल तुझ्याकडंच असेल. बघ. अरे, चुका कुणाच्या हातून होत नाहीत? या फायलीत माझ्या चुकाच सामावल्या आहेत.

रवींद्र	:	पण एवढं त्या फायलीत आहे तरी काय?
सुरेंद्रनाथ	:	*(हसतात.)* काय नाही, हे विचार. हे मंत्रिपद भोगत असता शेकडो माणसांच्या भरवशावर अनेक गोष्टी घडत असतात. स्वार्थापोटी, वैरापोटी अनेक चुकीचे निर्णय घेतले जातात. ते जेव्हा ध्यानी येतात, तेव्हा ते पुरावे नष्ट व्हावेत, दुसऱ्याच्या हाती जाऊ नयेत, म्हणून अशा सिक्रेट फायली तयार होत असतात.
विजया	:	केवढी जबाबदारी असते, नाही?
सुरेंद्रनाथ	:	इथंच हे घडतं असं नाही. प्रत्येक माणसाच्या जीवनातसुद्धा मनातल्या चोरकप्प्यात अशी एक फाईल असते. ती कुणाच्याही नजरेत येऊ नये, असं त्याला वाटत असतं.
रवींद्र	:	यू आर ग्रेट, पापाजी!
सुरेंद्रनाथ	:	ज्या माणसांना स्वत: कोण आहोत, हे पुरेपूर माहीत असतं, त्यांना हे सारं जमतं. विजू बेटी, ही फाईल तुझ्या सेफमध्ये नेऊन ठेव. फार महत्त्वाची आहे.

(विजया फाईल घेऊन जाते.)

रवींद्र	:	पापाजी, राजीनामा स्वीकारला नाही ना?
सुरेंद्रनाथ	:	नाही, बेटा! स्वीकारला गेला नाही. स्वीकारला गेला असता, तर फार बरं झालं असतं.
रवींद्र	:	देवानं सारं मिटवलं! संकट टळलं!
सुरेंद्रनाथ	:	काही टळत नाही, बेटा! हे वादळ शांत झालं, ते मोठ्या वादळासाठी!
रवींद्र	:	मोठं वादळ!
सुरेंद्रनाथ	:	हो! ते घोंघावत येताना मला स्पष्ट दिसत आहे. त्याचसाठी मी इथं आलो आहे.
रवींद्र	:	पापाजी?
सुरेंद्रनाथ	:	निवडणुका तोंडावर आल्या असतानाच हा संपाचा उठाव, मी राजीनामा देणं, तो नामंजूर होणं, काही विरोधी पक्षांनीसुद्धा मला पाठिंबा देणं, हे इतकं सरळ नाही.
रवींद्र	:	पापाजी, हे तुमच्या निष्कलंक चारित्र्याचं फळ आहे.
सुरेंद्रनाथ	:	राजकारणात असलं साधुत्व कधीच नांदत नाही. मला त्यांनी पाठिंबा दिला, त्याचं कारण निराळं आहे. या राजीनाम्यामुळं

माझी कीर्ती वाढणार होती. उद्याच्या निवडणुकीत माझा पराभव करू इच्छिणाऱ्यांना ते नको होतं. म्हणून मला पाठिंबा मिळाला. माझ्या पराभवाची फार मोठी तयारी सुरू आहे.

रवींद्र : पराभव? आपला?? पापाजी, सत्ताधारी पक्षामागे सारा देश उभा आहे.

सुरेंद्रनाथ : ज्याला घरचा पाठिंबा नाही, त्यानं देशाचा विश्वास काय द्यावा?

रवींद्र-
सोनिया : पापाजी...

सुरेंद्रनाथ : तुम्ही अलीकडची वर्तमानपत्रं वाचत नाही, असं दिसतं. तुमच्या नव्या उद्योगाबद्दल खूप लिहिलं जातं.

(वादळाला गंभीर स्वरूप आल्याचं पाहून विजया सोनियाला खुणावते. दोघी एकापाठोपाठ आत जातात; पण त्यांना दोघेही अडवत नाहीत.)

रवींद्र : आमचा उद्योग? त्याचा आपल्याशी काय संबंध?

सुरेंद्रनाथ : जो बाप-मुलाचा असतो, तो! तुमच्या उद्योगधंद्यात, भरभराटीत माझा हात आहे असा आरोप केला जात आहे!!

रवींद्र : पण ते खोटं आहे! साफ खोटं आहे!!

सुरेंद्रनाथ : पण ते कुणाला पटेल? मी मंत्री आहे. माझा तू एकुलता एक मुलगा आहेस. तीन वर्षं लोटली नाहीत, तोच तुझी फॅक्टरी अमाप फायद्यात चालू लागते.

रवींद्र : फायद्यात जरूर गेली. त्याचा अभिमान वाटतो मला. आम्ही काही दरोडे घातले नाहीत. पापाजी, वर्षाला कंपनीचं ऑडिट होतं. टॅक्स भरतो आम्ही. काही गल्लत निघाली आणि आम्ही शिक्षेला पात्र ठरलो, तर, विश्वास ठेवा, तुमचा मुलगा म्हणून एका शब्दानंही तुम्हाला सांगायला येणार नाही. मी आनंदानं शिक्षा भोगेन; पण तोवर फॅक्टरीबद्दल वेडंवाकडं बोललेलं खपवून घेणार नाही.

सुरेंद्रनाथ : पण मला ऐकून घ्यावं लागतं ना! नाहीतर आज पार्टी मीटिंगमध्ये मला तो सल्ला देण्यात आला नसता!

रवींद्र : कसला सल्ला?

सुरेंद्रनाथ : या कारखान्यापासून तुला बाहेर ठेवण्याचा.

रवींद्र : आणि तुम्ही तो मानला?

सुरेंद्रनाथ : मानणं भागच होतं. ती पक्षाची शिस्त आहे.

रवींद्र : नाही, पिताजी ! माझं सर्वस्व पणाला लावून उभं केलेलं स्वप्न नुकतंच उमलत असता ते चिरडण्याचा तुम्हाला किंवा तुमच्या पक्षाला काहीही अधिकार नाही.

सुरेंद्रनाथ : रवि, कुणाला ऐकवतोस हे?

रवींद्र : तुम्हाला! पापाजी, मी विचारतो. तुम्ही मला या कार्यात काय मदत केलीत? कधी चार ओळखपत्रंसुद्धा द्यायला तयार झाला नाहीत, हे तुम्हालाही माहीत आहे.

सुरेंद्रनाथ : ओळखपत्रं दिली नसतील; पण माझ्या जागेचा तुला उपयोग झाला, हे तुलाही नाकारता येणार नाही.

रवींद्र : कसली जागा? मंत्रिपदाची?

सुरेंद्रनाथ : हो! तुझ्यासारखे सुविद्य तरुण खूप आहेत. त्यांना कारखाना उभा करता येत नाही. आपली सारी पुंजी घेऊन जे तुझ्याभोवती गोळा झाले, ते कशाच्या बळावर?

रवींद्र : तुमच्या बळावर खासच नव्हे. मी मांडलेली कल्पना त्यांना पटली, म्हणून!

सुरेंद्रनाथ : ती खोटी समजूत आहे. अशा शेकडो कल्पना या देशात अनेकांच्या मनांत कुजत पडलेल्या आहेत. तुला एक्स्पोर्ट लायसेन्स मिळालं. जर्मन कोलॅबोरेशन मिळणार आहे, ते कशामुळं?

रवींद्र : तुमच्यामुळं?

सुरेंद्रनाथ : हो! ते तुझ्याकडे मंत्र्याचा मुलगा म्हणून पाहतात. तुला एक्स्पोर्ट लायसेन्स मिळालं आणि त्याच दिवशी ती सुवार्ता मला फोनवरून कळवण्यात आली. त्यांनी मला कळवण्याचं काय कारण होतं? नो! रवि, तुला थांबायला हवं.

रवींद्र : पापाजी...

सुरेंद्रनाथ : रवि, सांगतो... ते ऐक. या धंद्यातून तुझा हात काढून घे. तुझा हिस्सा चिंकूच्या नावानं कर. फॅक्टरी चालेल; पण त्यात तुझा हात असता कामा नये. तसं मला छातीठोकपणे सांगता यायला हवं.

रवींद्र : पण कशासाठी?

सुरेंद्रनाथ : माझ्या करिअरसाठी! निवडणुका जवळ आल्या आहेत. माझ्याविरुद्ध हा प्रचार उभा केला, तर ते हितकारक ठरणार नाही. मला

असले कलंक खपणार नाहीत. *(रवि हसतो.)* काय झालं हसायला? थट्टा करीत नाही मी.

रवींद्र : पापाजी, तुम्हाला हसत नाही. मी माझ्या दैवाला हसतो. वयाची सत्तरी गाठलेले तुम्ही, तुम्हाला तुमच्या करिअरची काळजी वाटते आणि चाळिशीतला मी... मी माझ्या हिमतीवर उभारलेली करिअर सोडावी! असं तुम्हाला वाटतं?

सुरेंद्रनाथ : रवि, तुझ्या आणि माझ्या करिअरमध्ये पुष्कळ तफावत आहे. तुझं जीवन वैयक्तिक आहे. माझं सार्वजनिक आहे. माझी करिअर माझी नाही. ती एक निष्ठेनं प्रेरित झालेली विचारप्रणाली आहे. आज समाजात तिचा अभाव दिसू लागला आहे. ती विचारप्रणाली समाजात परत पेरायला हवी. त्यासाठी मला माझी करिअर जपायला हवी. समजलं?

रवींद्र : रिव्हायव्हल ऑफ द ओल्ड फेथ इन मॉडर्न जनरेशन. हा चमत्कार फक्त तुम्हीच कल्पू शकता, पापाजी! नाही, पापाजी, मला हे पटणार नाही.

सुरेंद्रनाथ : आजच्याइतकी त्याची केव्हाच गरज नव्हती. खोट्या ऐश्वर्याच्या मागे धावलेल्या देशांनी काय मिळवलं? त्याचं अनुकरण करायचं ठरवलं, तर त्याची परिणती शेवटी दुःख, वैफल्य आणि अस्थैर्य यातच होईल.

रवींद्र : असं तुम्हाला वाटतं?

सुरेंद्रनाथ : नुसतं वाटत नाही. आज आपल्या देशाकडे धाव घेणाऱ्या हजारो हिप्पी तरुणांकडे पाहा. नशेच्या कैफात जीवन बुडवू पाहणारे हे तरुण देश सोडून का येतात? कशाला कंटाळलेत ते? ॲटमबॉंब, रॉकेट, उपग्रह यांची मिजास बाळगणारे हे देश त्यांचीच औलाद ना?

रवींद्र : पापाजी, ते वैफल्य विज्ञानातून आलेलं नाही. महायुद्धामुळं जीवन विस्कटलं, त्याची परिणती आहे ती!

सुरेंद्रनाथ : आणि महायुद्ध का झालं? विज्ञान बळावलं, म्हणूनच ना!

रवींद्र : मग घरात विस्तव बाळगू नका, कारण त्यानं आग लागते. मिज घेऊ नका, कारण त्यानं स्वयंचलित तोफा बनतील. गॅसचा वापर करू नका, कारण त्यात भयानक स्फोट करण्याची ताकद दडलेली आहे. पापाजी, परत आता ते पुराणकालीन आश्रमजीवन येणार नाही. जग फार लहान होत आहे. जगाबरोबर

आपल्याला जावंच लागेल. त्यात विजयी व्हायचं असेल, तर विज्ञान आणि तंत्रज्ञानाचा आसरा घ्यावाच लागेल.

सुरेंद्रनाथ : याचीच मला सदैव भीती वाटते. या प्रगतीच्या मृगजळामागे धावताना शेकडो वर्षं जपलेले संस्कार मातीमोल होऊन जातील.

रवींद्र : कसले संस्कार? दारिद्र्यात सुख माना. स्वप्नं बाळगू नका. साधी राहणी आणि उच्च विचारसरणी हेच ना ते संस्कार? असल्या लोखंडी खोड्यात माणसांची मनं घातलीत आणि त्यांची वाढ होऊ दिली नाहीत. पापाजी, स्वप्नाखेरीज माणसाचं मन फुलत नसतं.

सुरेंद्रनाथ : फार लहान आहेस तू. या देशात साठ कोटी लोकांची बाजारपेठ उपलब्ध असता त्यातल्या किती लोकांना हव्या त्या वस्तू विकत घेता येतात? दारिद्र्याच्या प्रचंड वाळवंटामध्ये संपन्न भागाची हिरवळ जोवर आहे, तोवर तुमचं विज्ञान आणि तंत्रज्ञान उपयोगी पडणार नाही.

रवींद्र : नुसत्या ओयासिसवर वाळवंट फुलत नसतं, हे मला माहीत आहे. या तुमच्या अध्यात्माच्या आणि संस्कृतीच्या हिरवळीतून ते साध्य होणार नाही. त्यासाठी वाळवंटातून सदैव तुडुंब भरलेले कालवे निघायला हवेत. ते बळ फक्त विज्ञानाचंच आहे.

सुरेंद्रनाथ : हीच स्वप्नाळू वृत्ती घाताला कारणीभूत होते आणि म्हणूनच तुमच्यासारख्यांपासून देशाला वाचवणं, हे माझं कर्तव्य समजतो.

रवींद्र : पापाजी, माझंदेखील माझ्या देशावर प्रेम आहे. तुम्ही म्हटलं, तेच मी म्हटलं, तर!

सुरेंद्रनाथ : काय?

रवींद्र : तुमच्यासारख्यांपासून या देशाला वाचवणं, मी माझं कर्तव्य समजतो.

सुरेंद्रनाथ : तसं झालं, तर मी दुसरा विचार केलेला आहे.

रवींद्र : कोणता?

सुरेंद्रनाथ : आय विल हॅव टू डिसओन यू! जाहीररीत्या मला तुझ्याशी असलेले संबंध तोडावे लागतील.

रवींद्र : पापाजी...

सुरेंद्रनाथ : कर्तव्यासाठी तुझ्या आईची चिता मी कोरड्या नजरेनं पाहिली. हे तूच सांगितलं आहेस. माझ्या सामर्थ्याची निदान तू तरी शंका

घेऊ नकोस.

रवींद्र : आपण जरूर तो निर्णय घ्या. रक्ताची नाती तुम्ही कधीच जाणली नाहीत. ती तुम्ही आनंदानं तोडाल, ही माझी खात्री आहे.

सुरेंद्रनाथ : हा तुझा निर्णय?

रवींद्र : येस! वाय ई एस!! येस...!!!

सुरेंद्रनाथ : ठीक आहे. उद्या आपले संबंध संपले, ते मी जाहीर करेन.

रवींद्र : जरूर करा. तो निर्णय आपणच घेतलेला आहे. त्याचा अर्थ माझाही मार्ग मोकळा आहे. माझ्या धंद्याच्या प्रगतीसाठी आणि देशाच्या भवितव्यासाठी आपण परत मंत्रिपदावर येणार नाही, हे मला पाहावं लागेल.

सुरेंद्रनाथ : एवढं सोपं नाही ते. हा भारतदेश भांडवलदारांचा नाही. तो सामान्य माणसांचा आहे.

रवींद्र : ते मला माहीत आहे. मीही इंडस्ट्रियल फाऊंडेशनचा प्रेसिडेंट आहे. संप कसे घडवून आणावेत आणि मोडावेत, याचं मला थोडं ज्ञान आहे.

सुरेंद्रनाथ : आणि त्यासाठी विजया, सोनिया तुला साथ देतील?

रवींद्र : जेव्हा निष्ठा उभी राहते, तेव्हा किती साथीदार आहेत, याचा विचार केला जात नाही. हे आपल्याला तरी कळायला हवं होतं. प्रसंग पडला, तर मी एकटा उभा राहीन.

सुरेंद्रनाथ : हे मी आव्हान समजायचं?

रवींद्र : आव्हान तुम्ही दिलंत. मी फक्त स्वीकारलं. एका म्यानात दोन तलवारी कधी राहत नसतात. पापाजी... पापाजी, तुम्ही पुढारी नसतात, तर आम्ही खूप सुखी झालो असतो... खूप सुखी झालो असतो...

(डोळ्यांतलं पाणी पुसत रवींद्र आत जातो. सुरेंद्रनाथ विचारमग्न असता विजया येते.)

विजया : पापाजीऽ

सुरेंद्रनाथ : हं! *(भानावर येऊन मागे पाहतात. विजयावर नजर खिळते.)* ये, बेटा!

विजया : पापाजी, काय चाललंय या घरात?

सुरेंद्रनाथ : वादळ! फार मोठं वादळ...! मी सांगितलं नव्हतं, ते घोंघावत

येत आहे, म्हणून!

विजया : पापाजी...

सुरेंद्रनाथ : बेटी, असली वादळं फार भयानक असतात. वाऱ्याच्या झोताबरोबर वाकणारी, लवचिक झाडं टिकतात; पण वटवृक्ष उन्मळून पडतात. ते वादळ येत आहे, विजू...

विजया : पापाजीऽऽ

सुरेंद्रनाथ : बेटा विजया, चिंता करू नकोस. सारं ठीक होईल. वादळवाऱ्याला भिणारी ही माणसं आजवर या घरात उपजली नाहीत.

विजया : पापाजी, तुम्ही आम्हाला टाकू नका.

सुरेंद्रनाथ : टाकतो, म्हणून टाकता आलं असतं, तर किती बरं झालं असतं! विजू, ही निष्ठेची कहाणी आहे. जेव्हा दोन निष्ठा एकमेकांविरुद्ध उभ्या राहतात, तेव्हा हेच घडतं. ते अटळ असतं.

विजया : पण कशासाठी हा अट्टहास?

सुरेंद्रनाथ : माणसं कशासाठी जगतात, याचा तलाश केला, तर कदाचित याचं उत्तर सापडेल.

विजया : या जगात माणसं जगत नाहीत? तुम्हीच जगता?

सुरेंद्रनाथ : बेटी, माळावरचं गवत समानतेनं वाढतं; पण आकाशाला स्पर्शण्याचं ध्येय बाळगणारे तालवृक्ष... तिथं फक्त स्पर्धाच असते. आकाशाला भिडण्याची!

विजया : माझा आग्रह नाही, पण पापाजी, या स्पर्धेत पायांखालचं गवत चुरगळून जात नाही, एवढं पाहाल ना?

सुरेंद्रनाथ : (भारावतात. विजयाच्या नतमस्तकावर हात ठेवतात.) मुली, असं बोलू नकोस.

विजया : पापाजी, माझ्या वाढदिवसादिवशी बापाच्या नात्यानं तुम्हीच माझ्या तोंडी मिठाई घातलीत. त्याच हातानं आता माती घालायला निघालात...

सुरेंद्रनाथ : विजू! काय बोलतेस हे? असलं अभद्र परत कधीही बोलू नकोस. कसली माती?

विजया : नाही तर काय? पापाजी, पोरकी पोर मी. मुलीच्या मायेनं सून म्हणून घरात आणलीत, पण आजच्याइतकं पोरकेपण मला कधीही जाणवलं नाही. मला भीती वाटते, पापाजी...

सुरेंद्रनाथ : विजू... बेटा... (विजू बिलगते.) शांत हो!

विजया : पापाजी, तुम्ही माणसं वेडी आहात. पुढं धावणं एवढंच तुम्हाला माहीत आहे. वळूनसुद्धा पाहत नाही. माझ्यासारख्या दुबळ्या जिवानं कशाच्या आधारावर जगायचं? जे सासूबाईंच्या नशिबी आलं, ते मला भोगायचं नाही. ते बळ माझं नाही. पापाजी, मला टाकू नका... टाकू नका... *(म्हणत ती बसते. पापाजींच्या पायाला मिठी घालून ती रडू लागते. सुरेंद्रनाथ तिला उठवू लागतात, पण ती ते मानत नाही.)*

विजया : नाही पापाजी, तुमचा निर्णय तुम्ही मागे घेतलात, हे सांगेपर्यंत मी हे पाय सोडणार नाही.

सुरेंद्रनाथ : *(गहिवरतो.)* विजूऽ विजूऽऽ बेटा, काय वेडेपणा हा? *(तिला बळेच उठवतो.)* मी सांगितलं होतं ना! मी असेपर्यंत डोळ्यांत पाणी आणायचं नाही. चिंता करू नको, बेटा. तसा प्रसंग पडलाच, तर केव्हाही मध्यरात्री हाक मार. सारा मान, प्रतिष्ठा, निष्ठा बाजूला ठेवून मी तुझ्यासाठी आनंदानं पराजय स्वीकारून धावत येईन.

विजया : *(डोळे पुसते.)* पापाजीऽऽ

सुरेंद्रनाथ : मुली, फार वर्षांनी या कोरड्या मनात वात्सल्याची जाण जागी होत आहे. तिनं उग्र रूप धारण करण्याआधीच मला जायला हवं.

(बोलता बोलता सुरेंद्रनाथ जाऊ लागतात; पण त्यांना थोपवण्याचं बळ विजयात नसतं. ते बाहेर जाईपर्यंत विजया त्यांच्याकडे पाहत असता.)

पडदा

अंक तिसरा

प्रवेश पहिला :

(*स्थळ* : *तेच.*)
वेळ : उत्तर सकाळ.

पडदा उघडतो, तेव्हा रेडिओवर काही संगीत चालू असतं.
रवींद्र ते ऐकत आहे. त्याच वेळी निवडणुकांच्या घोषणा ऐकू
येतात. त्या वाढू लागतात. गाणं ऐकू येईनासं होतं. रवि
रेडिओ बंद करतो. खिडकीपाशी येतो. रस्त्यावर होणाऱ्या
घोषणा हळूहळू मंदावतात. रवि वळतो. तोच टेलिफोनची घंटा
खणखणते. रवि फोन उचलतो.)

रवींद्र : हॅलो! रवि स्पीकिंग... कोण बोलतो? अरे चिंकू... आवाज
ओळखलाच नाही. इथं यायला केव्हापासून परवानगी लागू
लागली. नो... नो... मी इथंच आहे... निवडणुकीची धावपळ
तुमची, माझी नव्हे... सोनिया पण आहे... छान... जरूर या...
(*फोन ठेवतो. वळतो. परत फोन वाजतो. त्रासिकपणे फोन
उचलतो.*) हॅलो ! रवि स्पीकिंग... कोण? घोषबाबू! काय
आहे? अजून पत्रकं गेली नाहीत? सांगितलं ना तुम्हाला. मला
ती पाहण्याची गरज नाही... हॅलो! एवढ्या जवळ इलेक्शन
आली आणि हे विचारता?... हं! आणखी दोन जीप्स भाड्यानं
घ्या. उद्याच्या उद्या पत्रकं जायला हवीत. समजलं? यू आर पेड
फॉर दॅट! डोंट फरगेट! दॅट्स ऑल राईट.

(रागाने फोन ठेवतो. त्याच वेळी दयालबाबू आत आलेले असतात. ते बेचैन आहेत.)

रवींद्र : डॉक्टरबाबू, केव्हा आलात?

दयाल : तुझ्यादेखतच.

रवींद्र : तसं म्हणत नाही. पापाजींच्या मतदारसंघात गेला होता ना? दिल्लीला केव्हा आलात?

दयाल : काल रात्री.

रवींद्र : पापाजींची तब्येत...

दयाल : एवढी काळजी वाटते? मग घरात बसून हे उद्योग कशाला करता? जा ना मतदारसंघात. होऊ दे एकदा फ्री स्टाईल बाप-लेकांची. लोकांची करमणूक होईल. तेवढा एक तमाशा व्हायचा राहिलाय ना घरात.

रवींद्र : डॉक्टरबाबू!

दयाल : त्याचसाठी आज मी इथं आलो. रवि, आज मला तुम्हाला स्पष्ट विचारायचंय.

रवींद्र : काय?

दयाल : या घरात माझी काय इज्जत आहे? सुरेंद्रनाथ माझा मित्र नव्हे, मी भाऊ मानतो. तुम्हा मुलांना मी त्याच मायेनं पाहिलं. या घराशी माझा अतूट रिश्ता आहे, असं मी समजतो.

रवींद्र : मग त्यात काय खोटं आहे?

दयाल : देन स्टॉप धिस नॉन्सेन्स! काय चालवलंय तुम्ही? अरे, सत्तर वर्षांचा तुझा बाप. दिवसातून चौदा-पंधरा व्याख्यानं देत फिरतो आहे. धुरळा खात कच्च्या रस्त्यातून हिंडतो आहे आणि त्याच्याविरुद्ध तुझ्या गाड्या, भाडोत्री प्रचारकांचे ताफे जल्लोश उठवत आहेत.

रवींद्र : पापाजींनीही ते करावं. त्यांना मी अडवलं नाही. ते मंत्री आहेत. सत्ताधारी आहेत.

दयाल : पोटी जन्म घेऊनही तुला बापाचं मन समजलं नाही. अजून निवडणुकांच्या नियमांनुसारच तो खर्च करतो आहे. तो त्याचा हट्ट आहे.

रवींद्र : त्याला माझा नाइलाज आहे.

दयाल : अरे, परवा असाच मीटिंगला जात असता त्याची जीप सरळ

झाडावर आदळली.

रवींद्र : *(घाबरा होतो)* झाडावर आदळली? कुठं लागलं?

दयाल : केवढा जिव्हाळा! मनात काळजी आहे, तर हे विरोधाचं सोंग का? तुझी बायको विजू, बहीण सोनिया, खुद्द तुझा भागीदार चिंकू सुरेंद्रनाथाचा प्रचार करताहेत. विजू त्यांच्याबरोबर आहे, म्हणूनच वेळच्या वेळी औषधपाणी बघते आणि तू एकटा बापाविरुद्ध उभा!

रवींद्र : डॉक्टरबाबू! बाप म्हणू नका! ते नातं केव्हाच तुटलं. माझा विरोध आहे, तो मंत्रिमहोदय सुरेंद्रनाथांना! मग त्यात काय बिघडलं?

दयाल : काय बिघडलं? तुझा विरोध, तर तुझं घरदार त्याला मदत कसं करतं? कोण विश्वास ठेवेल यावर!

रवींद्र : डॉक्टरबाबू! मी या देशाचा जबाबदार नागरिक आहे. कुणी कुणाचा प्रचार करावा, हा ज्याचा त्याचा प्रश्न आहे. फार तर मी प्रचार करीन, पण माझ्या पत्नीनं किंवा बहिणीनं माझं ऐकलंच पाहिजे, हा आग्रह मी धरणार नाही. तसं मी केलं, तर स्वातंत्र्याचा अर्थ मला कळला नाही, असं होईल.

दयाल : स्वातंत्र्याची बूज राखताना माणुसकी विसरू नका. अरे, एकुलत्या एक मुलाचा विरोध सहन करताना बापाच्या मनाला कोण यातना होत असतील, याचा जरा विचार तरी कर.

रवींद्र : दयालबाबू, त्यांच्या यातना फक्त तुम्हाला दिसतात; पण मी भोगतो, त्या यातनांची जाणीव तुम्हाला किंवा पापाजींना मुळीच दिसत नाही.

दयाल : कसल्या यातना?

रवींद्र : कसल्या यातना? कोणत्या अपराधास्तव पापाजींनी जाहीरपणे माझे संबंध तोडले? काय केलं होतं मी? मी शिकलो. माझ्या हिमतीवर मी उद्योग उभारला. नावलौकिकाला आणला. याचा अभिमान वाटायचा सोडून त्याची पापाजींना लाज वाटली.

दयाल : त्यात काय त्यांना आनंद होता? पण लोक शंका घेतात.

रवींद्र : आणि म्हणून प्रत्यक्ष मुलाचा त्याग?

दयाल : निष्ठेची ती वेगळी परंपरा आहे. फार वर्षांपासून चालत आलेली आहे. सीतेनं कोणता अपराध, व्यभिचार केला होता, की ज्यासाठी रामांनी तिचा त्याग केला? लोकप्रतिनिधी झालेल्या

माणसांना ते पथ्य पाळावंच लागतं.

रवींद्र : सीतेचा त्याग करून राजा राम ग्रेट ठरले; पण त्या सीतेचं काय? ती गर्भवती आहे. जिचा काही अपराध नाही, हे माहीत असता तिला वनात सोडली. त्यावेळी फक्त तिला आधार तिच्या पतीचा-रामाचा होता.

दयाल : हा ड्यूक ऑफ विंडसरचा देश नाही, रवि.

रवींद्र : तो व्हायला हवा. जेव्हा माझ्या धंद्याबाबत टीका झाली, तेव्हा पापाजींनी माझं समर्थन करायला हवं होतं.

दयाल : ते त्यांनी केलं नसेल कशावरून?

रवींद्र : दुबळ्या समर्थनाला अर्थ नसतो, दयालबाबू!

दयाल : दुबळं समर्थन?

रवींद्र : हो! खचल्या मनाचं समर्थन.

दयाल : सुरेंद्रनाथ आणि खचल्या मनाचा? गैरसमज होतो आहे तुझा.

रवींद्र : माझा नव्हे, तुमचा! पापाजींनी एक निराश्रित पोर बाळगलं. शिकवलं. तो जयवंत. त्याला मानाची जागा मिळवून दिली. हे सारं त्यांच्या वाढत्या लौकिकास मदत करणारं. त्याला कोणी नावं ठेवीत नाही; पण प्रत्यक्ष त्यांचा मुलगा... मला कोणाचा पाठिंबा? पापाजींना हा घाव घालण्याचा काय अधिकार होता? प्रसंगी माझ्यासाठी राजीनामा देऊन ते आले असते, तर केवढा अभिमान वाटला असता? मोठ्या माणसाच्या पोटी कर्तबगार मुलानं जन्म घेणं, हे या भूमीत पाप आहे. स्वतःचं घरदार मातीत घालून खोट्या स्वप्नामागं धावणारी ही माणसं आहेत.

दयाल : ज्यांनी राष्ट्रासाठी आपलं जीवन वाहिलं, जनसेवा हे व्रत मानलं, त्या लोकसेवकाबद्दल हे उद्‌गार?

रवींद्र : *(हसतो.)* जनसेवा? लोकसेवक? *(मोठ्याने हसतो)* दयालबाबू, स्वतःला लोकांचा प्रथम सेवक म्हणवून घेण्यात एकानंच धन्यता मानली. एक पंडितजीच ते करू धजले. बाकीचे केव्हा सत्तेच्या अधीन झाले, ते त्यांनाही कळलं नाही.

दयाल : रवि, काय बोलतोस हे! ज्यांनी राष्ट्राला आकार दिला...

रवींद्र : आकार दिला कसला? तीस वर्षांनंतर या राष्ट्रात काय फरक झाला? तेच दुष्काळ, तेच दारिद्र्य, ते पूर आणि तेच फंड, डॉक्टरबाबू, काचेवर...

दयाल : एवढं समजत होतं, तर तुम्हाला कुणी अडवलं होतं?

रवींद्र : जागा अडवून बसलेल्यांनी हे विचारावं? स्वातंत्र्याची तीस वर्षं पालटली. या करोडो लोकांच्या देशामध्ये एक तरी तरुण रक्ताचा नेता पुढं आला? या देशात केनेडी, कार्टरसारखी तरुण रक्ताची माणसं कधी दिसणार आहेत का? आम्ही जन्माला आलो, तेव्हा जे नेते होते, तेच आजही पाहत आहोत आणि कुणी सांगावं, तीच माणसं पाहत आम्ही मरूही. दीर्घजीवित्वाचं तुम्हाला मिळालेलं हे वरदान हा राष्ट्राला मिळालेला शाप आहे.

दयाल : देवानं जीभ दिली, म्हणून हवं ते बोलू नये, रवि. माणसं मोठी होतात, ती स्वकर्तृत्वानं. त्यांना मोठी व्हा, असं सांगून ती मोठी होत नसतात. त्यांना मोठं करता येत नाही. तुमच्या ठायी ते बळ नाही, याचा दोष त्यांना कशाला देता? राष्ट्रासाठी ज्यांनी आपलं घरदार घालवलं, तुरुंगवास भोगले... चक्की पिसली... स्वार्थाचा विचार केला नाही...

रवींद्र : त्या त्यागी पिढीबद्दल हे उद्‌गार! असंच ना? बस करा दयालबाबू, ही झुलावली या देशातल्या करोडो, अज्ञानी जिवांना सांगा. तिथं ती मात्रा उपयोगी पडते. मला ते सांगू नका. या थापा किती दिवस मारणार आहात? या भांडवलावर किती वर्षं खुर्चीवर बसणार आहात? स्वातंत्र्याच्या लढ्यात ऐन तारुण्यात ज्या लाखोंनी आपल्या नोकऱ्या सोडल्या... तुमच्या आदेशानुसार घरादाराची राखरांगोळी करून हौतात्म्य पत्करलं, त्या किती लोकांची वाताहत झाली, याची नोंद आहे तुमच्याजवळ? तुमच्यापेक्षा त्यांचा त्याग का कमी होता? ती माणसं तशीच राहिली आणि तुम्ही त्या त्यागाचं मोल म्हणून मंत्रिपद भोगता.

दयाल : हं, छान फॅलसी मांडतोस! हा देखणा युक्तिवाद आहे. राजा, सैनिक लढतात, मरतात; पण विजयाचं श्रेय सेनापतीलाच जातं.

रवींद्र : युक्तिवाद मी करत नाही, तुम्ही! सेनापती जिंकतो, पण श्रेय सैनिकांना देतो. मेलेल्यांना पेन्शन चालू होते. जगलेल्यांना बढती मिळते. सैनिकांची मुलं उपाशी मरत नाहीत.

दयाल : मग आम्ही का चैन करतो?

रवींद्र : चैन! नाही तर काय? ती माणसं तशीच राहिली आणि तुम्ही

त्या एकट्या त्यागाचं मोल म्हणून मंत्रिपद भोगता. हवेल्यांतून राहता. आरामगाडीतून फिरता. लोकप्रतिनिधी तुम्ही! जाल, तिथं पोलीस बंदोबस्त तुम्हाला लागतो. लोकसेवेचं व्रत केव्हाच संपलं. तुम्ही बनला आहात सम्राट. सम्राटांच्या राज्यात शहाण्या माणसांना सत्तेवर येऊ देतं कोण?

दयाल : कोणी आपल्या मर्जीनुसार सत्ताधारी बनत नाही. या देशात निवडणुका होतात.

रवींद्र : निवडणुका? कसल्या? त्या कशा आणि कोणत्या मार्गानं जिंकल्या जातात, हे का माहीत नाही? पक्ष, भेदाभेद, धर्म, जात यांनी समाज पोखरून सत्ता, पैसा, भुलावण यांच्या बळावर निवडणुका पार पडतात आणि परत जुन्याच मठ्या बळकट केल्या जातात. एक वेळ सत्तेचं साम्राज्य उलथवून पाडता येतं; पण त्यागाच्या, सत्याच्या नावाखाली जगणाऱ्या मठ्या उद्ध्वस्त करण्याची शक्ती परमेश्वरालाही नसते.

दयाल : आणि म्हणून सुरेंद्रनाथाला विरोध?

रवींद्र : त्यांचा सूड म्हणून मी विरोध करीत नाही. त्यांचं भवितव्य दिसतं, म्हणून! त्यांच्या भल्यासाठीच मी हे करतो आहे.

दयाल : *(हसतो.)* भल्यासाठी?

रवींद्र : होय, डॉक्टरबाबू! तुम्ही पापाजींच्या मतदारसंघात गेला होतात. आजवरच्या निवडणुकांपेक्षा हा विरोध वेगळा आहे, असं वाटत नाही? आमच्यासारखी नवी पिढी नवी स्वप्नं घेऊन राजकारणात उतरते आहे. पापाजींचं वय सत्तरीत गेलेलं. त्यांच्या आणि नवीन येणाऱ्या पिढीत तीन तपांचं अंतर आहे. त्या नव्या विचारांना घेऊन जाण्याची ताकद जुन्या स्वप्नांत नाही. त्यांना उसन्या बळाची धावपळ झेपणार नाही. नाही, डॉक्टरबाबू, पापाजी निवडून येता कामा नयेत. पापाजींच्या भावी विदारक पराजयापासून त्यांच्या माणसांनी त्यांना वाचवायला हवं!

(त्याच वेळी चिंकू आणि सोनिया प्रवेश करतात. चिंकूच्या अंगात गुरुशर्ट आहे. खांद्याला पिशवी आहे. पायांत विजार, चप्पल आहे. सोनिया पांढरं पातळ नेसली आहे.)

चिंकू : नमस्ते! *(हात जोडतो.)*

(रवि त्याच्या वेशाकडे आश्चर्यानं पाहतो. चिंकू, सोनिया पुढं

येतात. दयालबाबूंना वंदन करतात.)

दयाल : काय बेटी? इलेक्शन काय म्हणतं?

सोनिया : जोरात आहे, डॉक्टरबाबू. भाईंनी सारा मतदारसंघ कॅप्चर केला आहे. एकदम सॉलिड!

दयाल : आय सी!

रवींद्र : *(चिंकूला)* आणि तुझं मत?

चिंकू : माझं? शी इज करेक्ट! ॲबसल्यूटली करेक्ट!!

रवींद्र : आय् सी!

चिंकू : डॉक्टरबाबू, माझं काम केलंत? *(दयाल त्याच्याकडे प्रश्नार्थक नजरेनं पाहतात.)* माय गॉड! यू फरगॉट!

दयाल : हां हां! ते काम होय? *(हसतो)* ते बोलायला अजून उसंतच मिळाली नाही.

चिंकू : मग सांगा ना!

दयाल : टेक इट ईझी!

रवींद्र : कसलं काम?

दयाल : जरा पोलिटिकल आहे. बेटी सोनिया, विजू केव्हा येणार?

सोनिया : दोन दिवसांत येईल, म्हणाली. भाई, तुझ्या गाड्या, तुझी माणसं मतदारसंघात उतरलीत, पण तू केव्हा येणार?

रवींद्र : मी? *(हसतो. मान हलवतो.)*

सोनिया : म्हणजे तू तिकडे जाणार नाहीस?

रवींद्र : बिलकुल नाही. जाण्याची गरजच नाही.

सोनिया : मग पापाजी पडणार कसे?

रवींद्र : त्यांच्या पावलांनी! सोनिया, आता बकबाजीवर फड जिंकण्याचे दिवस गेले. आता विजयी तोच, जो परफेक्ट प्लॅनिंग करील.

सोनिया : कसलं प्लॅनिंग?

रवींद्र : सोनिया, आपल्या मतदारसंघात माझी अडीचशे माणसं घरोघरी फिरताहेत. प्रत्येक गावच्या प्रतिष्ठित माणसांना आपलंसं केलं जात आहे.

सोनिया : भाई, रोलिंग चेअरवर बसून डायरेक्टर बोर्डपुढं भाषण करण्याइतकं ते सोपं नाही. आज पापाजींच्या सभांना जी गर्दी होते, ती कशामुळं?

रवींद्र : गावात करमणूक नसते. फुकटात मिळते, म्हणून!

चिंकू : कैक वेळा मलासुद्धा तेच वाटतं.

सोनिया : *(रागाने)* चिंकू!

चिंकू : वाटलं! पण खात्री नव्हती. राहिलं!

रवींद्र : पण, अरे, हा वेश कुठला?

चिंकू : देश, तसा वेश! आणि या हवेत हाच कंफर्टेबल वाटतो. सारं कसं मोकळं! डॉक्टरबाबू, सांगा ना!

दयाल : सांगतो. घाई कसली?

चिंकू : तुम्हाला नसेल. मला आहे.

दयाल : ऑल राईट... ऑल राईट! आय विल ओपन द टॉपिक!

रवींद्र : कसला टॉपिक?

दयाल : यानं माझ्यावर एक काम टाकलं आहे.

रवींद्र : कसलं काम?

दयाल : टू प्ले ए रोल ऑफ ए मॅचमेकर.

रवींद्र : मॅचमेकर?

दयाल : हो! आपला चिंकू आहे ना, त्यानं सोनियाला मागणी घातली आहे.

(सोनिया लाजून आत पळते. रवि पाहतो.)

रवींद्र : चिंकू... सोनिया! *(हसतो)* यूऽऽ अरे, तुम्ही पापाजींच्या इलेक्शनचा प्रचार करीत होतात, का काड्यांच्या पेट्यांचा धंदा उघडला होता?

चिंकू : नाही... म्हणजे त्याचं काय...

रवींद्र : समजलं. सारं समजलं! सोनिया लाजून पळाली, तेव्हाच कळलं; पण चिंकू, तू परदेशी राहिलेला, जग फिरलेला. सरळ मला येऊन सांगायचं नाही? डॉक्टरबाबू मध्यस्थ कशाला?

दयाल : रवि, यालाच संस्कृती म्हणतात. शेकडो वर्षं पाळत आलेले रिवाज एका पिढीनं सोडतो म्हणून सोडता येत नाहीत.

रवींद्र : केव्हातरी हे विचारायला हवं. पापाजींच्या वेळी या राष्ट्रात...

चिंकू : अरे, पुरे, बाबा! सवाल आहे आमच्या लग्नाचा! त्याला पापाजींचं शेपूट कशाला? होय की नाही, हे सांगायचं, मोकळं व्हायचं.

(रवि उठतो, चिंकूचे गुडघे तपासतो.)

चिंकू : काय पाहतोस?

रवींद्र	:	गुडघ्याला बाशिंग आहे का, ते पाहतोय. नको. तुला ते कळायचं नाही. तुम्ही बेलाशक लग्न करा. झालं?
चिंकू	:	थँक यू!... थँक यू, डॉक्टरबाबू!
रवींद्र	:	आता सारं जमलं. लेका, पापाजींची निवडणूक, तुझ्या कपड्यांत झालेलं हे परिवर्तन, ते नमस्ते, सगळं खोटं. त्या भाबड्या पोरीवर भाव मारण्यासाठी तुझा हा कायापालट होता ना? अरे, तू माझा मित्र. तू तरी मला साथ द्यायची होतीस.
चिंकू	:	एव्हरीथिंग इज फेअर इन लव्ह अँड... डोन्ट फरगेट, राजा! शिर सलामत, तो पगडी पचास! अच्छा...
रवींद्र	:	अहो अच्छा! थांबा जरा.
चिंकू	:	काय आहे?
रवींद्र	:	निवडणुकांचा प्रचार करून फॅक्टरी चालत नसते. आठ दिवस फॅक्टरीचं तोंड पाहिलं नाहीस. सरळ फॅक्टरीकडं जा. नवीन प्लँटचं फाऊंडेशन ओतलं आहे. त्याची मापं बरोबर आहेत, का पाहा आणि हे कपडे उतरून फॅक्टरीत जा.
चिंकू	:	येस, बॉस!

(दयाल, रवि हसतात. चिंकू जातो. परत येतो. रविला हाक मारतो, तो जखमी विजया दारात उभी. दयाल, रवि धावतात. तिला सावरून आत घेऊन येतात.)

रवींद्र	:	विजू, विजू, काय झालं? हे डोक्याला बँडेज कसं आलं?
विजया	:	*(थकलेली)* मला जरा विश्रांती घेऊ द्या ना!
रवींद्र	:	अगं, पण विजू, झालं काय? कुठं पडलीस?
विजया	:	मला जरा स्वस्थ बसू द्याल का?
दयाल	:	फार लागलं का?

(सोनियानं आणलेलं पाणी पिते.)

सोनिया	:	वहिनी, हे कसं गं लागलं तुला? डॉक्टरांना बोलावू? *(चिंकूला)* अहो, डॉक्टरांना जरा फोन करा ना!
विजया	:	नको, भाऊजी! थोडंसं लागलं. इतकं घाबरण्याचं कारण नाही. येताना मी ड्रेसिंग करून आले.
रवींद्र	:	अगं, पण काय झालं ते सांगशील, का नाही?
विजया	:	दगड लागला.

चिंकू-

सोनिया : दगड? कुणी मारला?

विजया : पापाजींची शांतपणे चाललेली सभा कुणीतरी गुंडांनी उधळून लावण्याचा प्रयत्न केला. त्या वेळी एक दगड मला लागला.

सोनिया : पापाजींना लागलं नाही ना?

चिंकू : काय ब्रूट माणसं आहेत!

विजया : पापाजींना नाही लागलं. पोलिसांनी लगेच त्या गुंडांना हुसकून लावलं नि सभा पुढं चालू झाली.

रवींद्र : पापाजींनी पाहिलं नाही तुला? तुला एकटीला कसं जाऊ दिलं त्यांनी?

विजया : रवि, काहीतरी तोंडाला येईल ते बोलू नकोस. त्यांनी रक्त पाहू नये, म्हणून मी तिथून एकटीच सटकले नि आले. त्यांनी हे पाहिलं असतं, तर पापाजी गर्दीत घुसले असते आणि मग विपरीत घडलं असतं. ज्यांनी हे गुंड पेरले, त्यांना समाधानाचं भरतं आलं असतं.

रवींद्र : कुणी पेरले गुंड?

विजया : तुम्ही का चमकलात? सांगितलं ना, ज्यांनी पेरलेत, त्यांना म्हटलं मी! तुम्ही नाही ना पेरले?

रवींद्र : (व्यथित) विजू, निदान तू तरी ही शंका घ्यायला नको होतीस. गुंडांच्या दंगलीनं निवडणुका जिंकल्या जात नसतात. मी इतक्या हीन थराला जाईन, असं तुला वाटलं तरी कसं?

(अपमानित... बाजूला होतो.)

विजया : मग या दंगली होतात तरी कशा?

रवींद्र : ज्या पक्षांना पराजयाची भीती असते, ते असला मार्ग धरतात. विजय ज्यांच्या हाताशी असतो, त्यांना अशा दंगली परवडत नसतात.

दयाल : अरे, ती जखमी आहे.

रवींद्र : आणि म्हणूनच जखम चिघळण्याआधी मलमपट्टी करावी लागते.

दयाल : बरं! मी येतो, रवि! (जाण्यासाठी वळतात. आठवल्यासारखं करतात. खिशातून चेक काढतात. तो रविला देतात.)

रवींद्र : काय हे?

दयाल : तू दिलेला चेक. त्याची गरज नाही.

रवींद्र	:	डॉक्टरबाबू, आपणही गैरसमज करून घेतलात?
दयाल	:	नाही, रवि! आम्ही अमेरिकेत एका फाऊंडेशनकडे मागणी केली होती. कालच पत्र आलं. त्यांच्यामार्फत ती उपकरणं पुरवली जात आहेत.
रवींद्र	:	तो चेक राहू द्या. दुसरी कसली तरी गरज भागेल.
दयाल	:	नाही, बेटा! तसं करता येणार नाही. ज्यासाठी पैसे घेतलेले असतात, त्यासाठीच ते खर्च करावेत. परत लागले, तर जरूर मागेन. हक्कानं!

(रवि नाराजीने चेक घेतो. दयाल जातात.)

रवींद्र	:	विजू, तू थकलेली आहेस. जखमी आहेस. तुला विश्रांती हवी.
विजया	:	थोडीशी जखम झाली, म्हणून कुणी मरत नाही.
रवींद्र	:	विजयाऽऽ
विजया	:	ज्या घरात बाप-मुलांचं नातं मानलं जात नाही, तिथं असल्या जखमांची कदर कोण करतं?
रवींद्र	:	*(ओरडतो)* विजया, फार ऐकून घेतलं. आपल्या संसारी जीवनात हे राजकारण आणू नकोस. राजकारण क्षणाचं असतं. ते आयुष्याला पुरत नाही. संसार आयुष्यभर करायचा आहे.
विजया	:	याला का संसार म्हणतात?
रवींद्र	:	यालाच संसार म्हणतात. ती राजकारणाची प्यादी घरात नाचवू नकोस. त्या पटावरचे हत्ती, घोडे जिवंत जनावरांपेक्षा भयंकर असतात. जर ते घरात आणशील, तर त्याच्या पायदळी आपला सोन्यासारखा संसार तुडवला जाईल. कोणत्याही क्षणी आपलं दोघांचं नातं अतूट आहे, हे विसरू नकोस. जय-पराजयांत, सुख-दुःखांत आपण बांधले गेलो आहोत. ती 'नातीचरामि' शपथ विसरू नकोस. कोणत्याही प्रसंगात! पापाजींनी सांगितलेलं कधीही विसरू नकोस. जगाची लोकसंख्या फक्त दोनच असते. तुला विश्रांतीची गरज आहे. आत जा.

(विजया आत जाते. रवि जातो. सुन्न झालेले दयाल, सोनिया, चिंकू उभे असतात. चिंकू दयालकडे पाहतो.)

दयाल	:	पाहतोस काय?

(सोनिया दयालकडे धावते.)

सोनिया	:	दयालकाका! काय होणार?
दयाल	:	जे अटळ आहे, ते!
चिंकू	:	खरं सांगू, डॉक्टरसाहेब! आम्ही मतदारसंघ फिरलो. पापाजींच्याबद्दल कोणीही वाईट बोलत नाही. लोकमानसातला त्यांच्याबद्दलचा आदर ढळलेला नाही. ते निवडून येतील, असं वाटतं.
दयाल	:	त्याचा मी कधीच विचार केला नाही. सुरेंद्र जिंकतो, की हरतो, हा प्रश्न नाही; पण ही हारजीत घरात युद्धाचे प्रसंग निर्माण करेल, त्याची भीती वाटते.
सोनिया	:	नाही, काका! तसं कधीही होणार नाही. मी त्या दोघांना ओळखते.
दयाल	:	ताकातूनच लोणी निघतं; पण त्या लोण्याचा स्पर्श कधी ताकाला होत नसतो. दोघांची ही रूपं स्वतंत्र, भिन्न असतात. सुरेंद्र आणि रवि यांची रूपं तशीच आहेत. निष्ठेच्या, तत्त्वाच्या ईर्ष्येला जेव्हा ती पडतात, तेव्हा नातं जाणण्याचा त्यांचा रिवाज नाही. त्यासाठी कोणतंही मोल द्यायला ती मागं-पुढं पाहणार नाहीत.
सोनिया	:	काका... नाही, काका, तसं होणार नाही.
दयाल	:	डोळे झाकून संकटं टळत नसतात, सोनिया! आज आठवण होते, ती महाभारताच्या युद्धाची. आता कुरुक्षेत्र सज्ज झालं आहे. रणभेरी वाजू लागल्या आहेत. रक्ताची नाती विसरून आप्तस्वकीय एकमेकांचे वैरी बनले आहेत.
चिंकू	:	पण त्याचा फायदा काय? काय निष्पन्न होणार यातून?
दयाल	:	सर्वनाश! भगवान श्रीकृष्ण पांडवांच्या मागे होते. त्यांनी सांगितलं होतं, की विजयी झालात, तर पृथ्वीचं राज्य कराल. मेलात, तर स्वर्गाचं राज्य तुमचं! परमेश्वरालासुद्धा ते वचन पुरं करता आलं नाही. दोन्ही घराण्यांचा कुलक्षयच नव्हे, तर यादव कुळाचाही संहार श्रीकृष्णाला उघड्या डोळ्यांनी पाहावा लागला. भीती तीच वाटते, या राजकीय संघर्षात हे घर तर उद्ध्वस्त होणार नाही ना?

(दिवे मंदावतात.)

प्रवेश दुसरा :

(स्थळ : *तेच)*

वेळ : *सायंकाळ.*

हळूहळू प्रकाश उजळतो. रंगमंचकावरचं वातावरण मलूल आणि धुरकट आहे. रवींद्र बसलेला आहे. त्याच्या समोरच्या टिपॉयवर प्रकाशझोत पडलेला आहे. तेथे ठेवलेली व्हिस्कीची बाटली व ग्लास दिसत आहे. त्याच वेळी विजया सावकाश येते. तिचा चेहरा मलूल आहे. रवींद्रची बाटलीवर खिळलेली नजर पाहून ती त्याच्याजवळ जाते. तिचं लक्ष बाटलीवर जातं. ती बाटली उचलण्यासाठी हात पुढे करते. रवींद्रचा कठोर आवाज उमटतो...)

रवींद्र : ती राहू दे तिथं. तिला हात लावू नको.

विजया : काय चाललंय हे? या घरात कधीही दारू शिवली जाणार नाही, असं तुम्हीच वचन दिलं होतं ना? आणि आज पापाजी निवडणुकीत पडले असता हे घेऊन बसलात?

रवींद्र : दुःख विसरायला नको?

विजया : आनंद झाला, की सेलिब्रेट करायला दारू आणि दुःख विसरायचं झालं, तरी दारू?

रवींद्र : दारू ही बायकोसारखीच असते. आनंदाला आणि कटकटीला तीच एक उपयोगी पडते.

विजया : एका थोर देशभक्ताच्या मुलाच्या तोंडी हे शब्द शोभत नाहीत.

रवींद्र : काय म्हणलीस? थोर देशभक्ताचा मुलगा! *(मोठ्यानं हसतो. दोन पावलं पुढे येतो. एकदम वळून तिच्याकडे बोट दाखवतो.)* देन आय विल हॅव टू डिसूओन यू. अँड ही डिड दॅट! *(संतापतो.)* विजया, हेच ना ते पापाजींचे शब्द? आता निवडणुकीत पडल्यानं कदाचित ते विसरतील; पण मी! अशक्य!! मंत्रिपदाच्या भुलावणीत, मोठेपणाच्या खोट्या घमेंडीत मुलाचं नातं तोडून ते केव्हाच मोकळे झाले. नाही, विजू! *(छातीकडे हात नेत)* इथं झालेली जखम केव्हाच भरून निघणार नाही.

विजया : आणि म्हणून पापाजींच्या परायजाचा आनंद अशा रीतीनं सेलिब्रेट

करता आहात?

रवींद्र : का करू नये? येस! का करू नये? मला खूप आनंद झाला आहे. लक्षावधी रुपयांचा फायदा झाल्याचं ऐकलं, त्यापेक्षा खूप आनंद झाला आहे.

विजया : प्रत्यक्ष वडिलांबद्दल असले शब्द काढताना शरम वाटायला पाहिजे.

रवींद्र : शट अप! कुणाची शरम काढतेस? आणि कोण कुणाचे वडील? मंत्रिमहोदय, माननीय सुरेंद्रनाथजी हे रवींद्रचे वडील नाहीत. विजया, ते एक त्यागी, राजकारणधुरंधर, निष्ठावंत, थोर देशभक्त आहेत. देशभक्तीच्या जाज्वल्य कल्पनांनी पछाडलेली ती एक प्रचंड पोकळी आहे. त्यांना मुलगा नाही, पत्नी नाही, बहीण नाही, कुणीही नाही. त्यांच्या यशापयशात भागीदार करून घेत नाहीत.

विजया : मला ऐकवत नाही हे. निदान आज तरी असं बोलू नका.

रवींद्र : का? ते आज निवडणुकीत पडले, म्हणून? तुला एवढं वाईट वाटतं? तो पराजय एवढा मोठा वाटतो?

विजया : मोठा? फार लहान शब्द आहे तो. हिमालय कोसळला म्हणून समजलं, तर! सागर आटला म्हणून समजलं, तर! सूर्य काळवंडला असं समजलं, तर! तर जे त्या क्षणी वाटेल, ते या क्षणी मला वाटतंय.

रवींद्र : मग तुला विश्रांतीची गरज आहे. माणसाच्या मनाचा तोल सुटला, तर त्याला असंच वाटतं.

विजया : रवि...

रवींद्र : विजू, भीतीनं हिमालय ढासळत नसतो. ना स्वार्थापोटी कधी सागर आटतो, की असूयेनं सूर्य झाकळतो. भीती, स्वार्थ आणि असूयेपोटी फक्त माणूस ढासळतो. एकटा!

विजया : काहीतरी बोलू नका. असूया, स्वार्थ आणि भीती पापाजींना कधीच शिवली नाही.

रवींद्र : असं तुला वाटतं. दुसऱ्याच्या जखमेवरची पट्टी सहज काढता येते; पण स्वत:च्या पुटकुळीकडं पाहण्याचं धारिष्ट नसतं. नेमकं हेच त्यांना कळलं नाही. पराजय पत्करूनही हे त्यांना कळलं नाही.

विजया : कारण?

रवींद्र	:	कारण एकच! सामान्य माणूस म्हणून जगण्याचं बळ पापाजी केव्हाच हरवून बसलेत.
विजया	:	दारूचा आश्रय घेऊन किती जरी स्वतःचं समर्थन करीत बसलात, तरी तुमचं समाधान होणार नाही.
रवींद्र	:	कसलं समाधान?
विजया	:	मी अशी फसायची नाही. तुम्हा दोघांनाही चांगलं ओळखते. पापाजींचं तुमच्यावर केवढं प्रेम आहे, तुम्हाला त्यांच्याबद्दल केवढा अभिमान आहे, हे मी पुरेपूर जाणते. पापाजींच्या विरुद्ध निवडणुकीत प्रचार करताना तुम्हाला काय आनंद होता? मला उत्तर हवंय, रवि...
रवींद्र	:	(नजर चुकवीत) आनंद नसेल, पण कर्तव्य जरूर होतं.
विजया	:	मग ते पार पाडल्यावर आनंदी होण्याऐवजी बेचैन का झालात? कशामुळं तुमचं मन खातंय?
रवींद्र	:	विजयाऽऽ
विजया	:	ओरडू नका. समोर व्हिस्कीची बाटली आहे. जरूर घ्या. मी जाते.
रवींद्र	:	कुठं निघालीस?
विजया	:	पापाजींकडे!
रवींद्र	:	थांब, विजया. इकडे ये. (विजया नजीक जाते. रवींद्र शांतपणे व्हिस्कीच्या बाटलीचं टोपण काढतो. बाटली वर धरतो आणि एकदम उलटी करतो. तीतून दारूचा थेंबही पडत नाही. विजया ते पाहून चकित होते.) विजया, बाटली मोकळी आहे. एक वेळ ती मद्यानं भरली होती. या क्षणी ती रिकामी आहे. विजू, या जगात तीन नशा फार मोठ्या असतात. पैसा, सत्ता आणि कीर्ती. त्या नशेवर जगणारी माणसं ती हरवताच या बाटलीसारखी मोकळी पडतात. ऐट तीच असते; पण आतला कैफ सरलेला असतो. या क्षणी तुझे पापाजी आणि ही बाटली यात काहीच फरक राहिलेला नाही. (विजया जाऊ लागते.) जातेस कुठं? ही बाटली घे. (विजया नकळत बाटली घेते. रवींद्र हसतो.) असेल हिंमत, तर ही बाटली निकामी म्हणून फेकून दे. नाहीतर शोभेची वस्तू म्हणून कुठंही तुझ्या घरात ठेव. (थकलेला रवींद्र घरात जातो, विजया एकटी राहते. हातातल्या बाटलीकडे पाहत असते...)

विजया : बाटली मोकळी झाली, म्हणून काय झालं? तिचं रूप तरी हरवलं नाही? या पुरुषांना काही कळत नाही. उपयोग सरला, की सरळ उकिरड्यावर फेकून देतात. आम्हा बायकांची जात तशी नसते. घरात जमा झालेली अडगळसुद्धा फेकून द्यायचा आम्हाला धीर होत नाही. कैफ सरला, म्हणून का त्यांना विसरायचं? घरात खूप जागा आहे. कुठंही ठेवलं, तरी घराची शोभा वाढेल.

(हळुवारपणे टेबलावर ठेवते. बाटलीकडे पाहते. शोभेची वस्तू या अर्थाने उद्विग्नता प्रकटते. झटकन ती बाटली उचलते. छातीशी मायेनं कवटाळते. सेल्फजवळ जाऊन ती ड्रॉवर उघडते. आत ठेवते. दोन्ही हातांनी ड्रॉवर ढकलते. तशीच क्षणभर उभी राहते. तोच बेल वाजते. विजया डोळे पुसत दरवाजा उघडते. दरवाज्यातून सुरेंद्रनाथ प्रवेश करतात. त्यांच्यामागून दयाल येतात. विजया त्यांना पाहून चकित होते. सामोरी जाऊन वंदन करते. तिला हुंदका फुटतो.)

सुरेंद्रनाथ : विजू, बेटा!

(विजया डोळ्यांना पदर लावते. सुरेंद्रनाथ पाठीवर हात ठेवतात.)

सुरेंद्रनाथ : हां बेटा! असं नाही करायचं. निवडणुकीत पराभव झाला, म्हणून काय झालं? ही हार-जीत अशीच चालायची. दयाल, मी तुला सांगितलं नव्हतं? आमची विजू मनाला पार लावून घेईल, म्हणून? आणि सोनिया कुठं आहे?

विजया : ती कालच रात्रीच्या प्लेननं कलकत्त्याला गेली.

सुरेंद्रनाथ : *(आश्चर्यानं)* कलकत्ता?

विजया : हो! फॅक्टरीची तातडीची मीटिंग होती. म्हणून चिंकू जाणार होता. त्यानं आग्रह केला, म्हणून...

सुरेंद्रनाथ : सोनिया गेली!... आज माझा निकाल असताना?

विजया : त्या दोघांनी लग्न करायचं ठरवलंय.

सुरेंद्रनाथ : खरं? फार बरं झालं. चिंकू चांगला मुलगा आहे. निवडणुकीत पडलो असताना ही आनंदाची बातमी ऐकायला मिळते; पण मला हे आधी कुणी सांगितलं कसं नाही?

दयाल : चिंकू स्वत:च सांगणार होता; पण मी ती जबाबदारी घेतली होती.

सुरेंद्रनाथ : त्यात काही बिघडलं नाही. अरे, दयाल! या मुलींसारखं जीवन धावतं असावं. बघ ना! लग्न ठरल्याबरोबर ही पोर मागे न पाहता, माझ्या जय-पराजयाचा विचार न करता पुढं निघून गेली; पण रवि कुठं आहे?

विजया : आत आहेत.

सुरेंद्रनाथ : मी आलो आहे आणि तो आत काय बसलाय?

रवींद्र : *(प्रवेश करीत)* स्वस्थता मिळावी, म्हणून...

सुरेंद्रनाथ : *(ऐट बदलते. ताठ होतात. हास्य करीत)* रवींद्र, मी तुझ्या घरी बाप या नात्यानं आलो नाही. निवडणुकीचा निकाल जाहीर होताच प्रथम मी विजयी प्रतिस्पर्ध्याचं अभिनंदन केलं आणि नंतर सरळ तुझ्याकडे आलो. माझ्याविरुद्ध ठाकलेल्या दुसऱ्याचं अभिनंदन करण्यासाठी! अभिनंदन, रवि!

(सुरेंद्रनाथ हात पुढे करतात. रवि ते स्वीकारत नाही.)

रवींद्र : *(मागे सरत)* पापाजी...

सुरेंद्रनाथ : का? मी येईन, असं वाटलं नाही?

रवींद्र : जरूर वाटलं होतं! पण या रूपात नव्हे. पराजयात माणसं खचतात, असं ऐकलं होतं.

सुरेंद्रनाथ : मी? खचणार? असल्या पराजयानं? या भारतात माणसं पराभवानं खचत नसतात. जमिनीला पाठ लागली, की शंभर हत्तींचं बळ घेऊन ती परत उठतात.

रवींद्र : ती पुराणातील भीमाची कथा झाली, पापाजी.

सुरेंद्रनाथ : नाही, बेटा! ती पुराणातील कथा नाही. जेव्हा इंग्रजांनी भारत जिंकला, शेवटचा बादशहा बहादूरशहाला इंग्रजांनी शरणागतीची तलवार स्वीकारताना पुन्हा लढणार का? असा प्रश्न केला, तेव्हा तो आंधळा कविसम्राट म्हणाला,

गाझियोंमें बू रहेगी जबतक ईमान की ।
तब तक लंडन तक चलेगी तेग हिंदोस्थानकी ॥

जोपर्यंत या बाहूंत या मातीचं इमान आहे, तोवर इथंच काय, पण लंडनच्या दरवाज्यावर आमची तलवार खटखटेल. ते बहादूरशहाचं, या मातीचं इमान अजून या जिवात जिवंत आहे.

रवींद्र : पापाजी, आता आपण स्वतंत्र आहोत. लंडनपर्यंत तलवार गाजवण्याची गरज नाही.

सुरेंद्रनाथ : हा जय-पराजयाचा सवाल आहे. मंत्रिपद गेलं, म्हणून काय झालं? या मातीचं इमान आहे. तो रिश्ता मला जरूर जगण्याचं बळ देईल.

रवींद्र : मातीऐवजी माणसाशी संबंध बांधले असते, तर फार बरं झालं असतं.

दयाल : रवि, तुझ्याकडून त्यानं शिकण्याची जरुरी नाही. भारतीय स्वातंत्र्यकालातील त्याचं मोठेपण इतिहासही बदलू शकणार नाही. बापाला पाडल्याचा एवढा अहंकार नको.

रवींद्र : दयालबाबू, आपण डॉक्टर ना? डिसेक्शनमध्ये एवढी मोठी चूक कराल, असं वाटलं नव्हतं.

दयाल : कसलं डिसेक्शन?

रवींद्र : पापाजी एक-दोन मतांनी नव्हे, चांगले ऐंशी हजार मतांनी पराभूत झाले आहेत. एवढी ताकद उभी करण्याची ताकद माझी नाही.

दयाल : पण तुझं मत?

रवींद्र : ते मत पापाजींच्या विरुद्ध टाकलं, याची जरूर ग्वाही देईन; पण उरल्या मतांचं श्रेय मी घेऊ धजत नाही. आजकाल माणसांचं इमान मतांवर मोजलं जातं. बाहुबळावर नव्हे!

सुरेंद्रनाथ : बाहुबळ? माझं? ते आव्हान तू देऊ नकोस. तुमच्यासारखी नादान पिढी असते ना! त्या भुलावणीवर साधी माणसं फसतात. फिरवली जातात, बेइमानी बनतात.

रवींद्र : कोण बेइमान? आजवर याच माणसांनी तुमच्या मताच्या पेट्या भरल्या ना? तुम्ही पडताच ते बेइमान बनले?

सुरेंद्रनाथ : प्रसंगी होतात! खोट्या भावनेच्या आव्हानाला भुलतात; पण चिंता करू नकोस. त्यांच्यासाठी आम्ही आयुष्य खर्चलं. त्याग केला. घरादारावर तुळशीपत्र ठेवलं. मी त्यांच्यासाठी खूप ताकद पणाला लावीन. त्यांचा गैरसमज दूर करीन.

रवींद्र : गैरसमज त्यांचा नाही, पापाजी. तुमचा आहे.

सुरेंद्रनाथ : माझा?

रवींद्र : हो! तुमचा आणि तुमच्या अंधश्रद्धेचा!

दयाल : रवि, नातं तोडलं, म्हणून एवढं बोलावं! शोभत नाही तुला.

रवींद्र : रक्ताची नाती तोडतो, म्हणून तुटत नसतात. तसं असतं, तर हे मी बोललो नसतो. आणखीन अध:पातातून पापाजींना वाचवणं माझं कर्तव्य समजतो.

विजया : अध:पात? झालंय काय तुम्हाला?

सुरेंद्रनाथ : अध:पात! माझा नाही. तो तुमचा आणि तुमच्या संगतीनं जाणाऱ्या माणसांचा आहे. बेइमान तुम्ही त्यांना बनवलंत.

(रवींद्र मोठ्याने हसतो.)

सुरेंद्रनाथ : काय झालं हसायला? आज ते निष्ठा विसरले, तरी मी परत ती पेरीन.

रवींद्र : ते धाडस तुम्ही करू नका. पापाजी, ते निष्ठा विसरले नाहीत. स्वातंत्र्याच्या चळवळीत तुम्ही आदेश दिलेत, तेव्हा त्यांनी लढा उभारला. तुरुंग भरले, हौतात्म्य पत्करलं. स्वातंत्र्यप्राप्तीनंतर तुमचं नेतृत्व मान्य करून तुमच्या हाती सर्व सत्ता दिली. एवढी वर्षं त्यांनी दिलेल्या वचनपूर्तीची आशेनं वाट पाहिली; पण तुमच्या हातून काही घडलं नाही. नो, पापाजी, यू आर रॉंग! सामाजिक जीवनात कधीही उधारी चालत नाही. तिथं नेहमी कॅश पेमेंट असतं. लोकांनी तुम्हाला नेता मानलं. तुम्ही दिलेले आदेश पाळले. तुम्हाला डोक्यावर घेऊन नाचले. त्यासाठी हवा तो त्याग केला. तुम्हाला मंत्री बनवलं. आणखीन काय करायला हवं होतं?

दयाल : मग काय चुकलं? या देशाचं भलं व्हावं, म्हणूनच ही माणसं राबली ना! कोणता स्वार्थ यांनी बाळगला होता? आपलं वैयक्तिक सुख, स्वत:चा लाभ, आपल्या कुटुंबाचं, सग्या-सोयऱ्यांचं हित या साऱ्या गोष्टींकडे त्यांनी निष्ठुरतेनं पाठ फिरवली.

रवींद्र : लोकनायकाचं ते कर्तव्यच असतं. त्यांना सामाजिक नीतिमूल्यांची जोपासना करावीच लागते. विशिष्ट आचार-संहिता पाळावीच लागते.

दयाल : रवींद्र, हे जर मान्य आहे, तर याला तुला दोष देता येणार नाही. या देशाचं भलं व्हावं, याखेरीज त्यांनी कोणतीच इच्छा बाळगली नाही.

रवींद्र : नुसती इच्छा बाळगून चालत नाही, दयालबाबू, मुलाच्या डोळ्यांत

फूल पडलं, म्हणून आईनं कळवळ्यानं टाचणी घेऊन ते काढण्याचा प्रयत्न केला, तर? ते क्षम्य ठरेल? बोला!

सुरेंद्रनाथ : आम्ही तसे प्रयत्न केले? काय चुकलं आमचं?

रवींद्र : काय चुकलं? ज्या करोडो लोकांनी तुमची वचनं ऐकून तुमच्यावर विश्वास ठेवला, ती वचनपूर्ती तुम्हाला करता आली नाही. हाच तुमचा गुन्हा आहे.

सुरेंद्रनाथ : गुन्हेगार आणि आम्ही? कसलं वचन आम्ही पुरं केलं नाही. ऐकू तरी दे.

रवींद्र : कसली वचनं पाळलीत? या देशातलं दारिद्र्य तुम्ही दूर करणार होतात. धर्म, जाती, रूढी यांतून समाज सोडवणार होतात. या देशात श्रमाला मोल प्राप्त होणार होतं. हमें ये करना हैं, वो करना हैं ही बकवास लोकांनी किती वर्षं ऐकून घ्यायची?

सुरेंद्रनाथ : मग काय तुमच्या फॅक्टरी उभारून होणार होतं?

रवींद्र : का नाही? आमच्या फॅक्टरीज् पाहा ना! तिथल्या कामगारांच्या वस्त्या जरूर पाहा. तिथं जात, पात, धर्म मानला जात नाही. तिथं फक्त माणसांचं कौशल्य, श्रम करण्याची ताकद यालाच किंमत आहे. आज तिथं सर्व जातींची, सर्व भेदांची माणसं एकत्र नांदतात. त्याच एका तत्त्वावर!

सुरेंद्रनाथ : एक फॅक्टरी उभारली नाहीस, तर स्वत:ला लोकनायक समजू लागलास काय?

रवींद्र : का नाही? जरूर समजतो. माझ्या देशासाठी काहीतरी करतो आहे, याची जाणीव मला कधीही सुटलेली नाही. त्याचमुळं मला लोकनायक आहे, असं जरूर वाटतं. मीच काय, माझ्या कारखान्यातला प्रत्येक मजूर लोकनायक आहे. तसं, त्याला नव्हे, तर प्रत्येक नागरिकाला वाटायला हवं. पापाजी, या देशातलं मेंढपाळाचं युग संपलं आहे. एक मेंढपाळ बनतो खरा; पण बाकीची मेंढरं बनतात, हे विसरू नका.

सुरेंद्रनाथ : या भारताच्या नकाशात तुझी फॅक्टरी दाखवतासुद्धा येणार नाही. एवढा मोठा देश, एका क्षणात हे स्वप्न अवतरत नसतं.

रवींद्र : ती अपेक्षा धरलीय कुणी? पापाजी, स्वतंत्र राष्ट्राची एवढी वर्षं शांततेची मिळाली, हे काय थोडं झालं? पापाजी, दे हॅव गिव्हन यू ए लाँग रोप, बट यू प्रूव्हड् टू बी अ फेल्यूअर.

एकदा युरोपमध्ये जाऊन या. महायुद्धात अखंड बाँबवर्षावात पॅरिस, बर्लिन, लंडन, लेनिनग्राड आपल्या वास्तूंसह जमीनदोस्त झाली; पण त्यांची अस्मिता हरली नाही. त्याच राखेतून हां हां म्हणता त्यांनी पूर्वीपेक्षा वैभवसंपन्न शहर, उद्योग उभारले. किती वर्षं त्यांना लागली? त्यांनी ते केलं, याचं कारण त्यांच्या ठायी ती कुवत होती.

दयाल : आणि आमच्या अंगी ती कुवत नाही, असं तुला म्हणायचं आहे?

रवींद्र : हे तुम्ही सिद्ध केलं आहे, डॉक्टरबाबू! या निवडणुकीकडे जरा डोळे उघडून पाहा. नुसते पापाजीच पडले नाहीत. भारतभाग्यविधाते म्हणवून घेणारे असे अनेक पडले आहेत. ज्यांच्या ठायी नवी स्वप्नं साकार करण्याची ताकद आहे, तेच निवडून आले आहेत.

दयाल : आणि त्यांच्या हातून हे घडेल?

रवींद्र : तुम्हाला लोकांनी वीस-पंचवीस वर्षं दिली. त्यांना पाच वर्षं दिली तर बिघडणार नाही.

दयाल : नाही रवि, असले प्रयोग राष्ट्राला परवडत नसतात. हा धोका पत्करता येणार नाही. मिळालेलं स्वातंत्र्य जपायला हवं. जोपासायला हवं. आदर्श तत्त्वनिष्ठेनं आणि खंबीर तत्त्वानं!

रवींद्र : *(हसतो.)* तुम्ही जोपासलंत, तसं? आजवर तुम्ही जोपासलेल्या स्वातंत्र्याकडे जरा डोळे उघडून पाहा. त्या स्वातंत्र्याचा उपभोग घेतला कुणी? कुणाला मिळाला त्याचा फायदा? एवढ्या वर्षांत फक्त लुटारू, ढोंगी आणि स्वार्थी माणसांनीच स्वातंत्र्याची मजा लुटली.

दयाल : कारण त्यांना साथ देणारे तुमच्यासारखे होते.

रवींद्र : साथ देणारे होते, म्हणून नव्हे, तर तुमच्यात अडवण्याचं सामर्थ्य नव्हतं, म्हणून! दुर्जनांनी केलेल्या धकाधकीत सज्जन नेहमीच मागे सरतात आणि म्हणूनच दुर्जनांची रांग सदैव आघाडीवर दिसते.

दयाल : स्वातंत्र्याच्या कालात फक्त एवढंच दिसलं?

रवींद्र : स्वातंत्र्य? कुठं आहे ते? कुणी भोगलं? या देशात स्वातंत्र्य नांदतं खरं, पण कशासाठी? स्वातंत्र्य... देशात सुबत्ता असताही दुर्भिक्ष्य करण्याचं, लोकांना लुटून अफाट फायदा आणि संपत्ती

मिळवण्याचं! दैनंदिन गरजांसाठी वर्षानुवर्षं रांगा लागलेल्या पाहत आलोय, आम्ही. त्यातून उद्‌भवलेले दंगे, गोळीबार, लुटालूट यांची सवय झालीय आम्हाला. सामान्यांनी कधीच स्वातंत्र्य भोगलं नाही.

सुरेंद्रनाथ : मग कुणी भोगलं हे स्वातंत्र्य?

रवींद्र : कुणी भोगलं? स्वातंत्र्याचा उपभोग घेतला, तो हाजी मस्तान, गोस्वामी आणि युसुफ पटेल यांच्यासारख्यांनी. सामान्यांनी उपभोगली, ती रखरखीत झळ. स्वातंत्र्य मिळवलं सरन्यायाधीशावर बॉंब टाकण्याचं. स्वातंत्र्य! रेल्वे संप घडवून आणून कोट्यवधी टॅक्स भरणाऱ्या नागरिकांचे अकारण हाल करू देण्याचं, हे स्वातंत्र्य! करबुडव्यांना कोटींच्या आसऱ्यानं वर्षानुवर्षं सुख भोगू देणारं हे स्वातंत्र्य! वेठबिगारी, जमीनदारीखाली सामान्य शेतकऱ्याला पिळून काढण्याचं हे स्वातंत्र्य! रेल्वेगाड्या, बसगाड्या, मोटारी, राष्ट्रीय संपत्ती, निरपराध माणसांची मालमत्ता यांची डोळ्यांदेखत होळी करू देणारं हे स्वातंत्र्य! स्वातंत्र्याच्या तीस वर्षांनंतरही या देशात हरिजन म्हणून जिवंत माणसं जाळली जातात. भरदिवसा बलात्कार केले जातात. जातीयतेच्या नावाखाली रस्तोरस्ती दंगली माजतात. कुठं आहे तुमचं सेक्युलर स्टेट? कोणती संस्कृती जपलीत तुम्ही? पापाजी, तुम्ही हवं तर याला स्वातंत्र्य म्हणा. हे स्वातंत्र्य कसलं? स्वैराचार, भ्रष्टाचार, दुराचार यांना दिलेली ही राजरोस सनद म्हणावी लागेल.

दयाल : तुमच्यासारख्या श्रद्धाहीन माणसांना हेच दिसायचं.

रवींद्र : नाही, डॉक्टरबाबू! एक क्रेडिट जरूर तुम्हाला द्यावं लागेल. ते आम्हाला मान्य करावंच लागेल. या तुमच्या स्वातंत्र्यामुळं आज गल्लीबोळांतून साधूंच्या, बुवाबाजीच्या मठ्या स्थापल्या गेल्या. रेशनच्या दुकानापेक्षाही देवळांपुढं उन्हा-पावसांतून माणसांच्या अखंड रांगा लागल्या. हे कर्तृत्व फक्त तुमचंच आहे. ज्या वेळी माणसाच्या माणुसकीला अर्थ उरत नाही, सरळमार्गी कर्तृत्वाला वाव मिळत नाही, माणसातली दया, क्षमा, शांती आटून जाते, तेव्हा आधार फक्त दैवाचाच उरतो. तो मात्र तुम्ही जरूर मिळवून दिलेला आहे.

सुरेंद्रनाथ : दयाल, संतापू नको. नथिंग सक्सीड्स लाईक सक्सेस. या विजयाच्या आनंदात ते बोलतील, ते ऐकायला हवं.

विजया : पापाजी, या घरात ते एकटेच नाहीत. मीही आहे. ते विसरले, तरी तुम्ही देशासाठी काय केलंत, हे मी विसरणार नाही. सासरे म्हणून नव्हे, या देशाचे लोकनायक म्हणून मी सदैव नतमस्तकच राहीन.

रवींद्र : विजया, तो आदर मीही बाळगतो. काही वेळा माणसानं कुठं झुकावं हे कळत नाही. दोष असलाच, तर तो तिथं आहे.

सुरेंद्रनाथ : कुठं थांबायला हवं होतं? ज्या वेळी ही टोपी घातली, तर देशद्रोह ठरत होता. शिवाजी महाराज की जय, म्हटलं, तर डोकी फुटत होती, त्या वेळी आम्ही ते व्रत स्वीकारलं. घरदार जप्त केलं गेलं. संसाराची वाताहत उघड्या डोळ्यांनी पाहिली. ते आम्हाला कुठं थांबावं हे कळलं नाही, म्हणून?

रवींद्र : पापाजी, हे सारं कशासाठी केलंत?

सुरेंद्रनाथ : देशाच्या स्वातंत्र्यासाठी!

रवींद्र : हो ना! मग ते मिळाल्यावर तुम्ही थांबायला हवं होतं.

सुरेंद्रनाथ : आणि ती जबाबदारी तुम्ही पेलली असती?

रवींद्र : इथंच तुमचं गणित चुकलं! पापाजी, आर्किटेक्ट घराचा नकाशा देतो. कॉन्ट्रॅक्टर घर बांधून देतो; पण राहतो कोण? घर पुरं झालं, की समोर पडलेली वाळू, चुना, सिमेंट, विटांचे तुकडे यांचे ढीग फेकून द्यावे लागतात. त्या घरात कॉन्ट्रॅक्टर राहत नसतो. ज्याच्याठायी घराचं घरपण टिकविण्याची हौस असते, तोच राहतो. स्वातंत्र्याच्या एका स्वप्नानं आयुष्यभर धावणारे तुम्ही, स्वातंत्र्यानंतर नवीन देश फुलवण्याची कुवत तुमच्यात नव्हती. हे कधीच तुमच्या ध्यानात आलं नाही. स्वप्नं जरूर होती. ते साकार करण्याची दृष्टी वा बळ मुळीच नव्हतं.

सुरेंद्रनाथ : कदाचित तेही खरं असेल. कुणी सांगावं? निष्ठा, चारित्र्य, त्याग, साधी राहणी या कल्पनेखाली वाढलेले आम्ही, आम्हाला मुक्तपणे आकाशात संचार करण्याची सवय येणार कुठून? त्या शिस्तीच्या बंधनात राहिलो, वाढलो. रहाटाला बांधलेला बैल झापड चढवताच चकरा घेऊ लागतो. कुणी सांगावं? कदाचित... कदाचित त्याच झापडीची सवय आम्हाला लागलेली असावी.

दयाल : स्टॉप इट! आय हेट यू! तुझं असलं दुबळं रूप मी कधी अपेक्षिलं नव्हतं. कसली झापडं?

सुरेंद्रनाथ : डोळ्यांचा डॉक्टर ना तू? मला विचारतोस? मध्यान्हीचा स्वातंत्र्यसूर्य

पाहण्याची ताकद अस्तकाळातील दृष्टीला कुठून येणार? त्याला अंधारी भिंगं वापरावी लागतात, हे तूच सांगतोस ना?

विजया : पापाजी, हे खरं नाही. मी या देशाची नागरिक आहे. मला असं कधीच वाटलं नाही.

रवींद्र : विजू, पापाजी ऐंशी हजार मतांनी पडले आहेत, तरी त्यांना दीड लाख मतं पडली आहेत. ती माणसं आज हेच म्हणत असतील.

विजया : कशाला बोलता हे?

सुरेंद्रनाथ : बोलू दे, बेटी! माझ्या मनातही तोच गोंधळ चालू आहे. मीही माझ्या पराजयाचं उत्तर शोधतो आहे. कदाचित त्याचं उत्तर बरोबर असेल. या देशात महात्माजींना, पंडितजींना, साने गुरुजींना किती जगावं, हे बरोबर कळलं होतं. ते आम्हाला समजलं नाही. हाच आमचा पराभव आहे. या आधीच आम्ही गेलो असतो, तर आमचे पुतळे उभारले गेले असते; कुणी सांगावं?

रवींद्र : पापाजीऽऽ

सुरेंद्रनाथ : माझा राग नाही, बेटा! हे खरं मानलं, तर या क्षणी एकच वाटतं. जे पंडितजींना वाटलं होतं... 'आमच्या पश्चात कुणी आमचा थोर देशभक्त, त्यागी म्हणून उल्लेख केला नाही, तरी चालेल, अजाणतेपणी आमच्या हातून चुका घडल्या असतील; पण... या देशावर आम्ही प्रेम केलं, त्याबद्दल कुणीही शंका घेऊ नये... कुणीही शंका घेऊ नये...' रवि, तुमचा हेतू सफल होवो.

रवींद्र : ते तुमच्या हाती आहे, पापाजी...

सुरेंद्रनाथ : आता माझ्या हाती काही नाही.

रवींद्र : नाही पापाजी, ते तुमच्याच हाती आहे. तुम्हाला विरोध करताना माझी एकच इच्छा होती. तुम्ही आम्हाला हवे होतात.

सुरेंद्रनाथ : रविऽऽ

रवींद्र : होय पापाजी, आपलं पिता-पुत्राचं नातं असूनही, ज्या ज्या वेळी आपण एकमेकांसमोर येतो, तेव्हा अधिक दुरावा का निर्माण होतो? याचा कधी विचार केलात?

सुरेंद्रनाथ : कारण स्पष्ट आहे. आपली विचारधारणा भिन्न आहे.

रवींद्र : पण ते का घडावं? पापाजी, मला आठवतं, तुम्ही तुरुंगात

गेलात, की आम्हाला खूप आनंद वाटायचा. सारं घर खेळायला, ओरडायला मोकळं असायचं; पण तुम्ही आलात, की तुमच्याबरोबर मोठमोठ्या लोकांची वर्दळ चालू असायची. त्या वेळी घरात स्मशानशांतता नांदायची. मोठ्या लोकांच्या वर्दळीचा धाक साऱ्या घरावर असायचा. आम्ही चोरासारखे परसदारी वावरायचो. घरी कुणी मोठा पाहुणा आला, की घरच्या लोकांची ओळख करून देण्यासाठी त्यांच्यासमोर परेड व्हायची. तेवढेच आपण समोरासमोर येत असू. पितृत्वाचा जिव्हाळा आम्हाला कधी लाभलाच नाही. त्याची आज गरज वाटते.

सुरेंद्रनाथ : *(हसतात.)* आजच का गरज भासावी? दया म्हणून? रवींद्र, या घरात काय कमी आहे? उद्योगधंद्याचं अमाप यश आहे, पैसा आहे. विजूसारखी जोड आहे. मग उणीव कसली?

रवींद्र : तुमची! पापाजी, या घरात सगळं आहे. आमचा संसार सुखी आहे. परमेश्वरकृपेनं उद्या हे घर मुलाबाळांनी भरून निघेलही; पण आशीर्वाद देणारी वडीलधारी माणसं बाजारात मिळत नाहीत. त्याची जीवनात फारच गरज असते, पापाजी...

सुरेंद्रनाथ : मला फसवण्याची गरज नाही. जीवनात फक्त एकच पथ्य पाळलं. आजवर कुणाची दया स्वीकारली नाही. कुणाकडून कीव करून घेतली नाही. मला ते सहन होणार नाही.

रवींद्र : पापाजी, मीदेखील कुणावर दया किंवा कीव दाखवली नाही. तुम्हीच सांगितलं होतंत ना, की जगाची लोकसंख्या शेवटी दोनच राहते. दोन असली, तरी ती सुखी नांदावीत, म्हणून शेवटी परमेश्वराचाच आशीर्वाद लागतो ना? या पृथ्वीतलावर तो वडीलधाऱ्या माणसांच्याच रूपानं वावरत असतो. गरज आहे तुमच्या मायेच्या आशीर्वादाची. त्यासाठी हवं ते मोल द्यायला माझी तयारी आहे.

सुरेंद्रनाथ : मोल?

रवींद्र : हो! तुम्ही सांगा, पापाजी, या क्षणी फॅक्टरीशी असलेले संबंध तोडून देईन. तुम्ही म्हणाल तिथं कुठंही आपण दिवस काढू.

सुरेंद्रनाथ : रवि, मग तो विरोध?

रवींद्र : तुम्ही अखेरपर्यंत मानानं, सन्मानानं जगावं, म्हणून! आम्हाला तुम्ही लाभावे म्हणून!

सुरेंद्रनाथ : नाही बेटा! ते आता जमणार नाही.

विजया : *(धावत जवळ जाते.)* का जमणार नाही? पापाजी, नाती तोडतो, म्हणून तोडता येत नाहीत.

सुरेंद्रनाथ : विजू बेटा! गल्लत होते तुझी. ते आता होणार नाही.

विजया : *(गहिवरते)* का? पापाजी, भारी कठोर आहात तुम्ही! त्याचाच आम्हाला अभिमान वाटतो. माया, ममता काहीच जाणत नाही तुम्ही!

सुरेंद्रनाथ : पोरी, हवं ते बोलू नको. मलाही देवानं मन दिलंय. सारं आयुष्य एकाकी गेलंय. सांगितलं, तर खोटं वाटेल. ज्या खोल्यांना गज असतात, त्या खोल्यांत मला चांगली झोप येते. अर्धं आयुष्य तुरुंगाच्या कोठडीत गेलं. मंत्रिपदाच्या हवेलीत राहत असतानासुद्धा कधी सुखाची झोप आली नाही. रवि, एकटा ध्येयवादी माणूस राष्ट्र उभारू शकत नाही. स्वातंत्र्याच्या लढ्यात घराघरांतून नेत्याचं ध्येय बाळगणारी माणसं निर्माण झाली, तशी व्हायला हवीत. रवींद्र म्हणतो, ते कटू असेल, पण त्यात पुष्कळ सत्य आहे.

दयाल : कसलं सत्य? सुरेंद्रनाथ, तुला झालंय काय? पराजयानं एवढा खचलास?

सुरेंद्रनाथ : नाही, दयाल! निवडणूक हरलो, म्हणून फार तर मंत्रिपदाची सत्ता जाईल. त्याची मला फिकीर नाही; पण माझ्यातली निष्ठा मला मरू देता येणार नाही. तसं झालं, तर मी संपेन. रवींद्र म्हणतो, त्यात काय खोटं आहे? एके काळी तापत्या काचेला हात घालणारी, चक्की पिसणारी माणसं कुठं हरवली? तापत्या काचेला हात घालण्याऐवजी तापत्या मद्याला मिठी घालणारे आणि चक्की पिसण्याऐवजी पत्ते पिसत बसलेले आमदारनिवास का थोडे आहेत? तेही लोकप्रतिनिधीच ना? त्यांच्या ठायी राष्ट्रनिष्ठा निर्माण करण्याची ताकद आमची नाही. ते काम या तरुणांनीच केलं पाहिजे. आज या घरात जो संवाद, जो विरोध घडतो, तो भारताच्या घराघरांतून उठला पाहिजे. हे काम तरुण रक्ताचं आहे. नव्या संस्कृतीचं आहे. ते त्यांनीच करणं योग्य. या वयात आता नव्या जीवनाची स्वप्नं पाहता यायची नाहीत. जग फार पुढं गेलं आहे आणि आम्ही आदतीला मजबूर आहोत. दयाल, फार वेळ झाला... फार वेळ झाला...

रवींद्र : पापाजी, तुमच्या जीवनात आम्हाला काहीच का स्थान नाही?

सुरेंद्रनाथ : असं बोलू नकोस... *(भारावतात. विजया-रवींद्रला जवळ घेतात. त्यांच्या खांद्यावर हात ठेवत)* रवि, विजू! जीवनात एवढं कातर बनून चालत नाही. माझी चिंता करू नका. मंत्रिपदावर राहूनच देशसेवा होते, असे नाही. अनेक मार्गांनी ती करता येते. मी माझ्या गावी जाऊन राहीन. त्या मार्गानं ते सेवाव्रत पुढं चालवीन.

रवींद्र : पापाजी, तुम्ही काय करणार?

सुरेंद्रनाथ : खूप करता येईल. आय हॅव मेड द हिस्ट्री... नाऊ आय विल राईट इट! आम्ही काय केलं? कोणत्या हेतूनं केलं? हे सारं विसरून जाण्याआधी कुणीतरी लिहायला हवं ना! मी ते लिहीन. फार थोडे दिवस उरलेत. ते लिहिण्यात उरलेले दिवस सहज निघून जातील.

रवींद्र : *(सद्गदित होतो.)* पापाजी, तुम्ही हरूनही जिंकलात. मी पराभूत झालो. मी काहीच मिळवू शकलो नाही.

सुरेंद्रनाथ : हां, बेटा! हे शब्द कधीही उच्चारू नकोस. हरल्या मनानं कधी राष्ट्र उभारता येत नाहीत. I came, I saw, I conquered. ही धमक तुमची असायला हवी. त्या विश्वासानं पावलं टाका. ही धरित्री तुमच्यापुढं नमल्याखेरीज राहणार नाही. एकच सांगावंसं वाटतं, या घरावर हवे तेवढे आघात झाले, तरी आजवर त्याखाली कुणी मोडलं नाही, पिचलं नाही. तो वारसा चालवण्याची जबाबदारी तुझी आहे. बेटा विजू, येतो आम्ही!

(सुरेंद्रनाथ वळतात. जात असतात. विजू हाक मारते. 'पापाजी'ऽऽ.. पण ते मागे वळून पाहत नाहीत. विजयाला रवींद्र सावरत असता...)

पडदा.

पांगुळगाडा

(तीन अंकी नाटक)

रणजित देसाई

“... हे सैन्यात होते. घरापासून दूर.
पण माझ्या मनात नाही कधी आलं,
की हे तिथे दारू पीत असतील,
की आणखी काय करत असतील!
दिसत होती ती फक्त रणांगणावरची
धगधग... रात्रंदिवस काळजी...!”
पण या जगात स्त्रीवर ‘पतिता’ हा शिक्का
बसायला वेळ लागत नाही.

एक परीट कुजबुजतो आणि इथले प्रभू
रामचंद्र गर्भवती सीतांचा त्याग करतात...!

शेवटी एकच खरं, की –पायानं अधू
असणाऱ्यांना शस्त्रक्रियेनं बरं करता येतं,
हाती काठी देता येते;
पण मनानंच कोणी पांगळा होऊ लागला,
तर त्याला कोण काय करणार?